ആടുകളുടെ റിപ്പബ്ലിക്

adukalude republic
(novel)
•
eya valapattanam
•
first edition
april 2013
•
typesetting and published
chintha publishers, thiruvananthapuram
•
cover
bloofish

വിതരണം
ദേശാഭിമാനി ബുക്ക് ഹൗസ്
H O തിരുവനന്തപുരം–695 035
www.chinthapublishers.com
chinthapublishers@gmail.com

ബ്രാഞ്ചുകൾ
ഹെഡ്ഡാഫീസ് ബ്രാഞ്ച് കുന്നുകുഴി • ഓവർബ്രിഡ്ജ് തിരുവനന്തപുരം • കെ എസ് ആർ ടി സി ബസ് സ്റ്റേഷൻ ആലപ്പുഴ • കെ എസ് ആർ ടി സി ബസ് സ്റ്റേഷൻ എറണാകുളം • മച്ചിങ്ങൽ ലെയ്ൻ തൃശൂർ • ഐ ജി റോഡ് കോഴിക്കോട് • കെ എസ് ആർ ടി സി ബസ് സ്റ്റേഷൻ കോഴിക്കോട് • എൻ ജി ഒ യൂണിയൻ ബിൽഡിങ് കണ്ണൂർ • സെൻട്രൽ ബസ് ടെർമിനൽ കോംപ്ലക്സ് താവക്കര കണ്ണൂർ

CO - 1888 / 3180

ആടുകളുടെ റിപ്പബ്ലിക്
(നോവൽ)

ഇയ്യ വളപട്ടണം

ചിന്ത പബ്ലിഷേഴ്സ്
തിരുവനന്തപുരം-695 035

ഇസ്മ വളപട്ടണം

കണ്ണൂർ ജില്ലയിലെ വളപട്ടണത്ത് 1967 ൽ ജനനം. ഉപ്പ: പരേതനായ കടവത്ത് സത്താർ. ഉമ്മ: പുതിയ മാടത്തുമ്മൽ ഖൈറുന്നിസ.
കുറുക്കന്റെ കണ്ണുകൾ അഥവാ ആൺനോട്ടം എന്ന കഥാസമാഹാരം പ്രസിദ്ധീകരിച്ചിട്ടുണ്ട്. വളപട്ടണത്തെക്കുറിച്ച് *ബദ്ഫത്തൻ പടിയിറങ്ങുന്നു* എന്ന ഡോക്യുമെന്ററിയുടെ ഗവേഷണവും സംവിധാനവും നിർവഹിച്ചു. *വളപട്ടണം കഥകൾ* എന്ന കഥാസമാഹാരം എഡിറ്റ് ചെയ്തു.

ഭാര്യ : എം റസീന
മക്കൾ : തഷീന, ലിയാന, അമൻ
വിലാസം : ചിറക്കൽ പി ഒ,
കണ്ണൂർ 670011
ഫോൺ : 9995597185

ഉള്ളടക്കം

പ്രസാധകക്കുറിപ്പ്

ഇയ്യ വളപട്ടണം രചിച്ച *ആടുകളുടെ റിപ്പബ്ലിക്* മലയാള നോവലിൽ വ്യത്യസ്തമായ ഒരു വഴി അന്വേഷിക്കാനുള്ള ശ്രമമാണ്. പൂർണമായും ഫാന്റസിയുടെ ലോകത്തുനിന്നു കൊണ്ടുള്ള എഴുത്ത് പുതുതല്ലെങ്കിലും അതിൽ ആന്തരികമായി മുഴങ്ങിക്കേൾക്കുന്ന രാഷ്ട്രീയസ്വരങ്ങളെ അവഗണിക്കാനാവില്ല. അതുതന്നെയാണ് ഈ നോവലിന്റെ പ്രസക്തിയെന്ന് ഞങ്ങൾ കരുതുന്നു.

അധിനിവേശത്തിന്റെ പുതിയ രൂപങ്ങളെയും അത് മൂന്നാം ലോക മനുഷ്യരിൽ സൃഷ്ടിക്കുന്ന പിളർപ്പുകളെയും ഭീതികളെയും നോവൽ തിരിച്ചറിയുന്നുണ്ട്.

എല്ലാ അധിനിവേശങ്ങളെയും ചെറുത്തു തോൽപ്പിച്ചുകൊണ്ട് വരാനുള്ള നല്ല കാലത്തിന്റെ ഒരു സ്വപ്നം ഈ നോവൽ സൂക്ഷിച്ചുവയ്ക്കുന്നു. ഭൂമിയും ആകാശവും മണ്ണും മനുഷ്യരും മരങ്ങളും മൃഗങ്ങളും പക്ഷികളും കൈകോർത്തു നിൽക്കുന്ന പാരിസ്ഥിതികമായ ഉൾക്കാഴ്ചകളിലേക്കും സമത്വത്തിന്റെ ജൈവ പാഠങ്ങളിലേക്കുമാണ് *ആടുകളുടെ റിപ്പബ്ലിക്* സഞ്ചരിക്കുന്നത്.

അതുകൊണ്ടുതന്നെ ഇതിന്റെ പ്രസാധനം ഞങ്ങൾ അഭിമാനപൂർവം ഏറ്റെടുക്കുന്നു. വായനക്കാരുടെ സഹകരണം പ്രതീക്ഷിച്ചുകൊണ്ട്,

ചിന്ത പബ്ലിഷേഴ്സ്

സമർപ്പണം

പുതിയ ലോകം സ്വപ്നം കണ്ട്,
കുടുംബത്തെയും ജീവിതത്തെയും
ഉപേക്ഷിച്ചു സാമൂഹിക സേവനത്തിനിറങ്ങി
മരിച്ചുപോയവർക്ക്

1

വെളിപാട്

ഇരുട്ടിന്റെ മറപിടിച്ചുവന്ന യോദ്ധാക്കൾ ഔട്ടിയാക്കയെ വളഞ്ഞു. അപ്പോൾ കായൽക്കരയിൽ ഇരുന്ന് ആകാശം നോക്കുകയായിരുന്നു ഔട്ടിയാക്ക. ആകാശത്തിലെ ദേവതകൾ ചക്രവാളമഷിയിൽ ചിത്രത്തൂവൽ മുക്കി ചിത്രങ്ങൾ വരയ്ക്കുകയാണ്. ആ ചിത്രവര നോക്കിയിരിക്കുമ്പോൾ ലോകവും കാലവും ജീവിതവും മറക്കുകയാണ് പതിവ്.

ദേവതകളുടെ കൈവിരലുകളിലൂടെ വിരിഞ്ഞ ചിത്രയടയാളം ഔട്ടിയാക്ക വായിച്ചു.

ആ ചിത്രവരയിലൂടെയാണ് ഔട്ടിയാക്കയോട് ദൈവം സംസാരിക്കുക.

അങ്ങനെ ഒരുദിവസം.

ചിത്രയടയാളത്തിലൂടെ ദൈവം പറയുകയുണ്ടായി:

"നക്ഷത്രങ്ങൾ കെട്ടുപോകുകയും ആകാശം പിളർക്കപ്പെടുകയും പർവതങ്ങൾ ഉടയ്ക്കപ്പെടുകയും ഭൂമി തീഗോളവുമാകുന്ന നാൾ നിനക്ക് പിറകെ നടന്നുവരുന്നുണ്ട്."

വെളിപാട് വായിച്ചശേഷം ഔട്ടിയാക്ക തിരിഞ്ഞുനോക്കി. കാറ്റ് ചൂളം വിളിക്കുന്നുണ്ടോ....? കാർമേഘം തണൽമരമായ് വളരുന്നുണ്ടോ...? ഒന്നും കേൾക്കുന്നില്ലല്ലോ...!

"എന്തെങ്കിലും അടയാളം...."

ഒച്ചതാഴ്ത്തിയാണ് ദൈവത്തോട് ചോദിച്ചത്.

ദൈവം ചിരിച്ചു.

"നിശ്ചയം അത് സംഭവിച്ചിരിക്കും."

പിന്നെ ഒന്നും ചോദിച്ചില്ല.

ചോദ്യങ്ങൾ ചോദിക്കാതെ ഉത്തരങ്ങൾ സ്വീകരിക്കുന്ന അടിമയായ ഔട്ടിയാക്ക ദൈവത്തിന്റെ വെളിപാടുകൾ വായിച്ചശേഷം ഭൂമിയിൽ നെറ്റിയമർത്തിവെച്ച് പ്രാർഥിച്ചു. അന്നേരം ചരാചരങ്ങൾ നിശ്ചലരായി.

കുറച്ചുസമയം കഴിഞ്ഞ് തല ഉയർത്തി നോക്കിയപ്പോൾ ആകാശം ചോരനിറമായിരുന്നു.

അന്നേരമാണ് ഔട്ടിയാക്കയുടെ ആകാശം രാജാവിന്റെ യോദ്ധാക്കൾ വളയാൻ തുടങ്ങിയത്.

ഔട്ടിയാക്ക ചമ്രം പടിഞ്ഞിരുന്ന് യോദ്ധാക്കളുടെ വരവ് നോക്കിനിന്നു. മൂത്ത പട്ടാളക്കാരൻ മുന്നിലുണ്ട്, പിറകെ ഒരു കൂട്ടം യോദ്ധാക്കളുമുണ്ട്. അവരുടെ കൈകളിൽ ചുരുട്ടിപ്പിടിച്ച ആയുധങ്ങൾ ഔട്ടിയാക്കയുടെ നേരെ നീട്ടി ആർത്തുവിളിച്ചു.

കൈയാംഗ്യത്തിലൂടെ മൂത്ത പട്ടാളക്കാരൻ നിർദേശം നൽകി.

യോദ്ധാക്കൾ മണ്ണിൽ കമഴ്ന്ന് കിടന്നു. കൈമുട്ടുകൾ നിലത്തുകുത്തി, ഏന്തിയേന്തി മുന്നോട്ട് നീങ്ങി. കാലുകൾ മണ്ണിൽ കോർത്തുവെച്ച് നീന്തുന്ന യോദ്ധാക്കൾക്ക് മുന്നിൽ നിൽക്കുന്ന മൂത്ത പട്ടാളക്കാരൻ വിളിച്ചു പറഞ്ഞു:

"ഇത് രാജശാസനയാണ്."

യോദ്ധാക്കളെ നോക്കി ഔട്ടിയാക്ക ചിരിച്ചു.

"മരിക്കുകയാണ് ദൈവനിശ്ചയമെങ്കിൽ പിന്നെന്തിന് വേവലാതിപ്പെടണം ചങ്ങാതീ..."

"രാജശാസന ധിക്കരിച്ചാൽ വധശിക്ഷയാണ് വിധി."

"രാജാവ് എന്ന് പറയുന്നത് എന്താണ് ചങ്ങാതീ. കിരീടവും ചെങ്കോലുമായി സിംഹാസനത്തിലിരുന്നാൽ രാജാവാകുമെങ്കിൽ നിന്നെ ഞാൻ രാജാവാക്കാം. രാജാവിനല്ല പ്രധാനം, പ്രജകൾക്കാണ്. പ്രജകളില്ലെങ്കിൽ ഒരു രാജാവിനും വാഴാനാവില്ല. ഇക്കാര്യം നിന്റെ തമ്പ്രാനെ ഉണർത്തിക്കുക."

"രാജശാസന ധിക്കരിച്ചാൽ..."

അരയിൽ തൂങ്ങിക്കിടക്കുന്ന വാൾ ഉയർത്തിപ്പിടിച്ച് മൂത്ത പട്ടാളക്കാരൻ മുരണ്ടു.

കയ്യിൽപ്പിടിച്ചിരുന്ന വടി മൂത്ത പട്ടാളക്കാരന്റെ നേരെ ഔട്ടിയാക്ക എറിഞ്ഞു. വടി പാമ്പായി. പാമ്പ് പത്തി വിടർത്തി, ഇഴഞ്ഞിഴഞ്ഞ് യോദ്ധാക്കൾക്ക് മുന്നിൽ നീണ്ടുനിവർന്നു നിന്നു. പാമ്പ് അലറിച്ചിരിച്ചു. ചിരിക്കുന്ന പാമ്പിനെ കണ്ട് യോദ്ധാക്കൾ പേടിച്ചുവിറച്ച് നിലവിളിച്ചു. ആയുധങ്ങൾ മണ്ണിലേക്ക് വലിച്ചെറിഞ്ഞ് ഓടാൻ തുടങ്ങി. വലിച്ചെറിഞ്ഞ ആയുധങ്ങൾ ഭൂമി വിഴുങ്ങി.

പാമ്പിനുനേരെ മൂത്ത പട്ടാളക്കാരൻ വാൾ വീശി. അന്നേരം പാമ്പിന് ചിറകുകൾ മുളച്ചു. ചിറകുകൾ വീശി യോദ്ധാക്കളുടെ തലയ്ക്ക് മുകളിലൂടെ പാമ്പ് പറക്കുകയാണ്.

"ഔട്ടിയാക്ക രക്ഷിക്കണേ...."

മണ്ണിൽ കിടന്ന് തലയുയർത്തി യോദ്ധാക്കൾ കരഞ്ഞ് പറഞ്ഞപ്പോൾ പാമ്പിനുനേരെ ഔട്ടിയാക്ക കൈവിരൽ നീട്ടിയെറിഞ്ഞു. പാമ്പ് പത്തിതാഴ്ത്തി. ചിറകുകൾ താഴ്ത്തി. ഔട്ടിയാക്കക്ക് മുന്നിൽ പാമ്പ് ഇരുന്നു. പാമ്പിന്റെ തലയിൽ ഔട്ടിയാക്ക തടവിയപ്പോൾ പാമ്പ് അലിഞ്ഞില്ലാതായി.

ഔട്ടിയാക്കയുടെ അരികിൽ വൃക്ഷം മുളച്ചു പൊന്താൻ തുടങ്ങി. പതിയെപ്പതിയെ ഉയർന്നുവന്ന വൃക്ഷം പടർന്ന് വടവൃക്ഷമായി. വൃക്ഷത്തിന് കൊമ്പുകളുണ്ടായി. കൊമ്പുകളിൽ പച്ചിലകൾ നിറഞ്ഞു. പച്ചിലകളെ കാറ്റ് പൊതിഞ്ഞു. ഇക്കിളിയാക്കി. പച്ചിലകൾ കുലുങ്ങി ചിരിച്ചു.

വടവൃക്ഷത്തിന്റെ വേരുകൾ മണ്ണിന്റെ പുറത്തേക്ക് തലനീട്ടി. കാര്യങ്ങളറിയാൻ എത്തിനോക്കി. വേരുകൾ മണ്ണിലൂടെ ഇഴഞ്ഞു. വേരുകൾ ഇഴഞ്ഞിഴഞ്ഞ് യോദ്ധാക്കളുടെ കാലുകൾ തൊട്ടു. കാലുകൾ മുറുക്കെപ്പിടിച്ച് വരിഞ്ഞുകെട്ടി. യോദ്ധാക്കൾ നിലവിളിച്ചു. വൃക്ഷത്തിന്റെ ഉടലിൽ കണ്ണുകൾ മുളച്ചു. തുറന്ന കണ്ണുകളിലൂടെ ഔട്ടിയാക്കയെ നോക്കി.

തടിയൻ കൊമ്പുകൾ തലകുനിച്ചു. കൊമ്പിന്റെ മുകളിൽ ഔട്ടിയാക്ക കയറി ഇരുന്നു. കൊമ്പ് ഉയർന്നു.

"വടവൃക്ഷം മുറിക്കുക..."

മൂത്ത പട്ടാളക്കാരൻ അലറി.

വൃക്ഷത്തിന്റെ ഉടലിൽ മഴു പതിച്ചപ്പോൾ ആകാശവും ഭൂമിയും കുലുങ്ങി. കൊട്ടാരം കുലുങ്ങി. കാറ്റ് അലറിപ്പാഞ്ഞു. മൃഗങ്ങൾ നിലവിളിച്ചു. കാക്കകൾ കരഞ്ഞു.

കറുത്ത ഇരുട്ട് ഭൂമിക്ക് ചുറ്റും ഒരു ആവരണമായി മാറി.

വടവൃക്ഷത്തിന്റെ ഉച്ചിയിൽ ഇരിക്കുന്ന ഔട്ടിയാക്ക ആകാശത്തിലേക്ക് നോക്കി. ആകാശത്തിലെ ദേവതകൾ, ദൈവത്തിന്റെ വെളിപാടുകൾ ചിത്രയടയാളത്തിലെഴുതിയത് വായിച്ചശേഷം മൂത്ത പട്ടാളക്കാരനെ നോക്കി ചിരിച്ചു.

ഔട്ടിയാക്കയുടെ ചിരികേട്ട് വൃക്ഷത്തിന്റെ ഇലകൾ കുലുങ്ങിച്ചിരിക്കുകയുണ്ടായി. ഇലകളുടെ ചിരി കണ്ട് കാറ്റും കിളികളും ചിരിച്ചു. ഭൂമിയും ആകാശവും ചിരിച്ചു.

അങ്ങനെ കൂട്ടച്ചിരിയായി.

ഭൂമിയിലെ ജീവജാലങ്ങളെല്ലാം കളിയാക്കി ചിരിച്ചപ്പോൾ ദേഷ്യം അധികരിച്ചു.

"വേഗത്തില് മുറിക്ക്..."

മൂത്തപട്ടാളക്കാരൻ അലറി.

മുറിഞ്ഞുവീഴാറായ വടവൃക്ഷത്തിന്റെ ഉടലിലൂടെ ചോര ഒഴുകുന്നത് കണ്ട് മൂത്ത പട്ടാളക്കാരൻ വിജയലഹരിയിൽ അലറി. നിലത്തൂടെ ഒഴുകി വന്ന ചോര ആകാശത്തിലേക്ക് പടർന്നുകയറി ചോരക്കടലായി.

അങ്ങനെ.

വടവൃക്ഷം ഒന്ന് കുലുങ്ങി, മെല്ലെ മെല്ലെ ചെരിഞ്ഞ്, മണ്ണിൽനിന്ന് കടലിലേക്ക് പിടച്ചിലോടെ വീഴുന്നതും നോക്കി മൂത്തപട്ടാളക്കാരൻ നിന്നു.

വടവൃക്ഷത്തെ കടൽ വിഴുങ്ങി.

ഔട്ടിയാക്കയേയും...

2

മരിപ്പിന്റെ കട്ടിൽ

ഭൂമിയിൽ പകൽ ഇറങ്ങി വരുന്ന നേരത്താണ് ദേശക്കാരുടെ ചെവിയിൽ ഔട്ടിയാക്കയെ കടൽ വിഴുങ്ങിയ കാര്യം കാറ്റ് പറഞ്ഞത്. കേട്ടവർ കേട്ടവർ നെഞ്ചിടിപ്പിന്റെ നിലവിളിയോടെ കടൽക്കരയിലേക്ക് ഓടുകയായിരുന്നു. ദേശക്കാരെ കൊണ്ട് കര നിറഞ്ഞു.

അവിടെ,

കടലിന്റെ ഒത്ത നടുവിൽ, നിശ്ശബ്ദമാക്കപ്പെട്ട വെള്ളത്തിൽ, നിവർന്ന പുഞ്ചിരിയോടെ ഔട്ടിയാക്ക ഉറങ്ങുന്ന കാഴ്ച കണ്ട് ദേശക്കാർ നെഞ്ചത്തടിച്ച് കരഞ്ഞു.

"ആരും കരയരുത്."

അടക്കിപ്പിടിച്ച സങ്കടത്തോടെ പള്ളിക്കാരണവരായ ഈസക്ക എല്ലാവരോടും പറഞ്ഞു.

ജപമന്ത്രവുമായി ഈസക്ക കടൽക്കരയിൽ അങ്ങോട്ടുമിങ്ങോട്ടും നടക്കുകയാണ്. എല്ലാവരും ഈസക്കയുടെ നടത്തം നോക്കി.

–വെയിലിന്റെ പൊരിചൂട് ജാസ്തിയാണ്.

അരമുണ്ട് ഉടുത്ത ഈസക്ക വെളുത്തതാടി തടവി ആകാശത്തിലേക്ക് നോക്കി. ആകാശവും ചുട്ടുപൊള്ളുന്നുണ്ട്. ഈസക്ക ദൈവപ്രാർഥന ചൊല്ലി.

ദേശക്കാർ ഏറ്റുചൊല്ലി.

അന്നേരം ആകാശത്തിന്റെ നിറം മാറി. നേരിയ മഴ ചാറി. തണുത്ത കാറ്റടിച്ചു.

ആകാശച്ചെരിവിൽ നിന്നും ഇറങ്ങിവന്ന കാറ്റ് തൊട്ടപ്പോൾ ഒട്ടിയാക്ക ഒന്നനങ്ങി. കാറ്റിന്റെ കോർത്തുപിടിച്ച കൈകളിൽ കിടന്ന് പുഞ്ചിരിയോടെ നീന്തിവരുന്ന ഔട്ടിയാക്കയെ നെഞ്ചിടിപ്പോടെ ദേശക്കാർ നോക്കിനിന്നു. ഈസക്ക ദൈവപ്രാർഥന ചൊല്ലി. ദേശക്കാർ ഏറ്റുചൊല്ലി. പ്രാർഥന

അന്തരീക്ഷത്തിൽ ഒരലിവായി ചേർന്നു. കരയിൽ ഔട്ടിയാക്ക ചേർന്നു കിടന്നു.

മുഖത്ത് നേരിയ ചിരിയുണ്ട്.

മരിച്ചവന്റെ കട്ടിൽ എത്തിച്ചേർന്നു.

ദേശക്കാരുടെയും ഈസക്കയുടെയും മൊല്ലാക്കയുടെയും കോർത്ത് പിടിച്ച കൈകൾക്കിടയിലൂടെ ഊർന്നിറങ്ങിയ ഔട്ടിയാക്ക മയ്യത്ത്കട്ടിലിൽ കിടന്നു.

മയ്യത്ത്കട്ടിലിന്റെ ഒരു കാൽ ഈസക്ക തൊട്ടു. മറ്റൊരു കാൽ മൊല്ലാക്ക തൊട്ടു. പിറകിലെ രണ്ടുകാൽ ദേശക്കാർ തൊട്ടു. ഒത്തൊരു മിച്ചിട്ടും മയ്യത്തുകട്ടിൽ ഉയർത്താനായില്ല.

മരിപ്പിന്റെ കട്ടിലിന് ചുറ്റും കാറ്റ് പതുങ്ങി നിന്നു. മയ്യത്തുകട്ടിൽ കാറ്റ് ഉയർത്തിപ്പിടിച്ചു. ഈസക്കയുടെ മുന്നിലൂടെ. ജപമന്ത്രങ്ങളുടെ അലിവിൽ. മയ്യത്തുകട്ടിലും പിടിച്ച് കാറ്റ് നടക്കാൻ തുടങ്ങി.

അങ്ങനെ നടന്ന് നടന്ന് പള്ളിപ്പറമ്പിലെത്തിച്ചേർന്നു. അവിടെയാണ് ഖബർസ്ഥാൻ. ഒരേക്കറോളം പരന്നു കിടക്കുന്ന മരിച്ചവരുടെ ഭൂമി. ജീവിക്കുന്നവരുടെ മണ്ണിൽ നിന്നും അതിർത്തിക്കെട്ടുകളാൽ മരിച്ചവരുടെ ഭൂമി വേർതിരിച്ചിട്ടുണ്ട്. മാവും തെങ്ങും പിലാവും അടയ്ക്കാമരവുമൊക്കെ നിറഞ്ഞ തൊടിക്ക് വല്ലാത്ത ശാന്തതയുണ്ട്. അണ്ണാൻകൂട്ടം ഒച്ച വെക്കുന്നുണ്ട്. ഉദ്യാനമാണ് പള്ളിപ്പറമ്പ്. അതിർത്തി കിടങ്ങിനു ചുറ്റും തേക്കിൻ തൈകളും ചന്ദനമരങ്ങളുമുണ്ട്.

തണുത്ത കാറ്റ് വീശുന്നുണ്ട്.

പച്ചപ്പിന്റെ വിശുദ്ധി.

മയ്യത്ത് നമസ്കാരത്തിന് ശേഷം ഖബർ കുഴിക്കുന്ന മമ്മുഞ്ഞിക്കയേയും കാത്തിരിക്കുകയാണ് എല്ലാവരും. ഇപ്പോൾ എത്താമെന്ന് പറഞ്ഞിട്ട് എവിടെയാ മമ്മുഞ്ഞി പോയതെന്ന് ഈസക്ക ഒച്ചതാഴ്ത്തി ചോദിക്കുന്നുണ്ട്.

"ഇതെന്തേ ഇത്ര വൈകിയത്?"

"മയ്യത്തിനെ ഇങ്ങനെ വെക്കാൻ പാടില്ലെന്നറിയില്ലേ...?" ദേശക്കാരോട് ഈസക്ക കരച്ചിലോടെ ചോദിച്ചു.

അങ്ങ് ദൂരെനിന്നും മമ്മുഞ്ഞിക്കയുടെ ചുമലിലൂടെ പിക്കാസും മൺവെട്ടിയും നടന്നു വരുന്നത് കണ്ടപ്പോൾ എല്ലാവരും ഒന്നനങ്ങി.

ഖബർ കുഴിക്കേണ്ട സ്ഥലം കാണിച്ചുകൊടുത്തത് ഈസക്കയായിരുന്നു.

കൈപ്പത്തിക്കുള്ളിൽ തുപ്പലാക്കി, പിടി മുറുക്കെപ്പിടിച്ച്, ആകാശത്തിലേക്ക് പിക്കാസ് ഉയർത്തിയപ്പോൾ, ഒന്ന് പിടഞ്ഞ് മമ്മുഞ്ഞിക്കയെ പിക്കാസ് തുറിച്ചുനോക്കി. മമ്മുഞ്ഞിക്കയുടെ കയ്യിൽനിന്നും ഊർന്നിറങ്ങിയ പിക്കാസ് ചോദിച്ചു:

"എന്തേ... ഇത്ര വൈകിയത്. വൈകാൻ പാടില്ലെന്നറിയില്ലേ..."

മമ്മുഞ്ഞിക്ക തലതാഴ്ത്തി.

ഈസക്ക അടയാളം വെച്ച ഇടത്ത് പിക്കാസ് ഖബർ കുഴിക്കാൻ തുടങ്ങി. മണ്ണ് മാന്തി കോരിയിട്ടത് മൺവെട്ടിയാണ്. പിക്കാസും മൺവെട്ടിയും ഖബർ കുഴിക്കുന്നത് ദേശക്കാർ നോക്കിനിന്നു.

അങ്ങനെ ആറടി നീളത്തിലുള്ള ഖബറുണ്ടായി.

ഖബറിടത്തിന് ചുറ്റും ചുകന്ന മണ്ണ് കൂടി നിന്നു.

ഈസക്കയും മൊല്ലാക്കയും ദേശക്കാരുംകൂടി ഖബറിനകത്ത് മയ്യത്ത് നീട്ടിക്കിടത്തി. പ്രാർഥനചൊല്ലാൻ തുടങ്ങി. ഒരു പിടിമണ്ണ് മയ്യത്തിന്റെ മുകളിൽ ഈസക്ക വാരിയിട്ടു. മൊല്ലാക്കയും ദേശക്കാരും പിന്തുടർന്നു.

പിക്കാസിനെയും മൺവെട്ടിയെയും നോക്കി തലയനക്കി ഖബർ മൂടാനുള്ള നിർദേശം ഈസക്ക നൽകി.

മൺവെട്ടിയുടെ കണ്ണുകൾ തെളിഞ്ഞു. മൺവെട്ടിയുടെ കാലുകൾ വളർന്നു. മൺവെട്ടി മണ്ണ് കോരി ഖബറിന്റെ അകം മണ്ണ് നിറയാൻ തുടങ്ങി. ഖബർ മൂടി.

അങ്ങ് ദൂരെനിന്ന് കല്ലുകൾ നടന്നുവന്ന് ഖബറിന് ചുറ്റും കുത്തി ഇരുന്ന്. മീസാൻകല്ല് മുളച്ചുപൊന്തി. മലർന്നു കിടക്കുന്ന കല്ലുകൾ അടുക്കിവെച്ച് പുരയുണ്ടായി. ആകാശത്തിലൂടെ പറന്നിറങ്ങിയ മേൽക്കൂര ഖബറിടത്തിന് മുകളിൽ കാവലിരുന്നു.

വാതിലുണ്ടായി.

ഇരുവശത്തും ചാഞ്ഞുകിടക്കുന്ന വാതിലുകൾ അടുക്കിവെച്ചു.

അപ്പോൾ ആകാശം സ്വർണനിറമായിരുന്നു.

3

ക്ഷണിക്കപ്പെട്ട അതിഥികൾ

ഇരുട്ടിന്റെ കൂട്ടിലിരുന്ന് മുക്കുവന്മാർ കടൽ തിളങ്ങുന്നതും, പല നിറത്തിലും ആകൃതിയിലുമുള്ള മീനുകൾ പറക്കുന്നതും നോക്കി അതിശയപ്പെട്ടു. പേരുകളുള്ളതും ഇല്ലാത്തതുമായ മീനുകളെ കണ്ടപ്പോൾ മുക്കുവന്മാരുടെ കൈകൾ തരിച്ചു. ചുരുട്ടിവെച്ച വല ആകാശത്തിലേക്ക് വീശിയെറിഞ്ഞു. ആകാശത്തിലൂടെ പറന്ന് കടലിലേക്ക് വല താഴ്ന്നിറങ്ങി. വലയുടെ കൈകൾ മീനുകൾക്ക് നേരെ നീണ്ടു. എന്നാൽ കൈകൾക്കിടയിലൂടെ തെന്നി, വഴുതിമാറി, വലയ്ക്കപ്പുറത്തേക്ക് മീനുകൾ പറക്കുകയാണ്.

വലയെറിഞ്ഞ് തളർന്ന്, കിതപ്പോടെ തോണിപ്പടിയിൽ ഇരുന്ന മുക്കുവന്മാർ പിറുപിറുത്തു.

"ഇത്രയും നാൾ മാഞ്ഞു പോകുന്ന മീനുകളെ വെളിവാക്കാനായിരുന്നു പ്രാർഥന. ഇന്നാണെങ്കിൽ വലക്കണ്ണികൾക്കിടയിൽ കുടുങ്ങാതെ മീനുകൾ പറന്നുകളിക്കുകയാണല്ലോ!"

"മീനുകൾ വലക്കണ്ണികൾക്കിടയിൽ കുടുങ്ങണേ..."

നെഞ്ചിനകത്ത് കൈപ്പത്തികൾ ചേർത്ത് വെച്ച് മുക്കുവന്മാർ ദൈവത്തെ വിളിച്ചു.

അപ്പോഴാണ് ആകാശം ചോരനിറമായത്. ചക്രവാളത്തിലൂടെ മിന്നലുകൾ മേഞ്ഞുനടന്നത്. ഭൂമിയും ആകാശവും കുലുങ്ങുന്ന ഒച്ചയോടെ ഇടിപൊട്ടിയത്. ആരവത്തോടെ മഴ പെയ്തത്. മഴക്ക് സംഗീതത്തിന്റെ താളമുണ്ടായിരുന്നു.

മുക്കുവന്മാരെ മഴ കുളിപ്പിച്ചു. അവരുടെ തലകളിലൂടെ പെയ്തിറങ്ങിയ മഴക്ക് കട്ടി പഞ്ചസാരയിട്ടതിന്റെ മധുരമുണ്ടായിരുന്നു. മഴവെള്ളം, മധുരവെള്ളം വയറ് നിറയെ കുടിച്ചു. വയറ് വീർത്തു.

പിന്നെപ്പോഴോ ആകാശം നേർരേഖയിലായി. മാഞ്ഞുപോയ വിസ്മ

യകാഴ്ചയുടെ ലഹരിയിൽ അവരുടെ മനസ്സ് പിടയ്ക്കുവാൻ തുടങ്ങി. കൈകളിലെ പങ്കായം ആകാശത്തിലേക്ക് പറന്നു. മുക്കുവന്മാർക്ക് പേടി പെരുത്തു. അവർ വിറച്ചു. അപ്പോൾ, അങ്ങ് ദൂരെ.

നട്ടപ്പാതിരാക്ക് സൂര്യനുദിക്കുന്നത് കണ്ടു. പടിഞ്ഞാറ് നിന്നാണ് ഉദിപ്പ്.

അന്നേരം.

തോണിക്ക് കാലുകൾ മുളച്ചു. കടലിന്റെ ആഴത്തിലേക്ക് കാലുകൾ നീണ്ടു. കാലുകൾക്ക് ശക്തിയുണ്ടായി. കാലുകൾ നടക്കാൻ തുടങ്ങി. സൂര്യൻ ഉദിച്ച ദിക്കിലേക്കാണ് തോണി നടന്നു പോകുന്നത്. ശരീരം അനക്കാതെ, വീർപ്പടക്കിപ്പിടിച്ച് മുക്കുവന്മാർ തോണിയിൽ ഇരിക്കുകയാണ്.

അങ്ങനെ അവർ കരയിലെത്തിച്ചേർന്നു. തോണിയുടെ കാലുകൾ ചളിയിൽ പൂണ്ടുകിടന്നു. മുളന്തണ്ടിൽ തോണി കെട്ടി മുക്കുവന്മാർ പൂഴി വഴിയിലേക്കിറങ്ങി. പെരുംവഴിയിലൂടെ ദിക്കറിയുന്ന കാലുകൾ നടന്നു. കൺമുന്നിൽ തെളിയുന്ന വഴിയിലൂടെ നടന്ന് നടന്ന് അവർ പള്ളിപ്പറമ്പിലെത്തിച്ചേർന്നു.

മുൻവശത്താണ് പള്ളി. പണ്ടെങ്ങോ ഏതോ സൂഫിവര്യൻ നിർമിച്ചതാണെത്രെ. ഇടതുവശത്ത് വീതിയും വിസ്താരവുമുള്ള പള്ളിക്കുളമുണ്ട്.

കുളപ്പടികൾ ചവിട്ടിയിറങ്ങി കാലുകൾ കഴുകിയിട്ട് വേണം പള്ളിയിലേക്ക് കയറാൻ. വെള്ളി വെളിച്ചത്തിൽ മിനാരം തിളങ്ങുന്നുണ്ട്. കാലുകൾ കഴുകി ഉസ്താദിന്റെ ഉറക്കമുറിയിലേക്ക് അവർ നടന്നു. കഴുക്കോലിൽ പാനീസ് വിളക്ക് കെട്ടിത്തൂക്കിയിട്ടുണ്ട്. മഞ്ഞവെളിച്ചം.

“ഉസ്താദേ... ഉസ്താദേ...”

അടുക്കിവെച്ച മരവാതിലിനുമേൽ കൈപ്പത്തികൊണ്ട് അടിച്ച് അവർ നീട്ടിവിളിച്ചു.

ഉറക്കപ്പിച്ചോടെ, അഴിഞ്ഞുവീണ കള്ളിമുണ്ട് കൂട്ടിപ്പിടിച്ച് ഉസ്താദ് വാതിൽ തുറന്നു.

“ഹെന്ത്...”

“ഞങ്ങൾക്കൊന്ന് ഔട്ടിയാക്കയെ കാണണം.”

“ഈ നട്ടപ്പായിരാക്കോ...?”

“ങ്ഹ”

“ഇപ്പം പറ്റൂല്ല...”

“എന്തേ?”

“നമ്മക്കുറങ്ങണം.”

“താക്കോല് തന്നാൽ മതി തുറന്ന് കണ്ടോളാം.”

“പറ്റൂല്ല. നിങ്ങള് സുബഹി കഴിഞ്ഞ് വാ...”

പാനീസ് വിളക്ക് താഴ്ത്തിപ്പിടിച്ച് ഉറക്കമുറിയിലേക്ക് ഉസ്താദ് നടന്നു. അപ്പോൾ ആകാശച്ചെരുവിൽനിന്നും ഇറങ്ങിവന്ന കാറ്റ് പാനീസ് വിളക്ക് ഊതിക്കെടുത്തി. ഉസ്താദിന് ചുറ്റും ഇരുട്ട്.

"ഒന്നും കാണ്ന്നീല്ലല്ലോ..."

ഇരുട്ടിനകത്തുനിന്നും ഉസ്താദ് വേവലാതിപ്പെട്ടു.

മുക്കുവന്മാർ ഖബർസ്ഥാനിലേക്ക് നടന്നു. പള്ളിയിൽനിന്നും ഇടത് വശത്തേക്ക് മാറി, കൽപ്പടികൾ ചവിട്ടി കയറിയാൽ ഖബർസ്ഥാനിൽ എത്താം.

തെളിയാത്ത വഴി.

നിലത്ത് കുത്തിയിരുന്ന്, കൈപ്പത്തികൾ കാലടികളാക്കി നടക്കുമ്പോൾ മിന്നാമിനുങ്ങുകൾ വെളിച്ചം കാട്ടി.

കുഞ്ഞുവെളിച്ചത്തിലൂടെ അവർ നടന്നു.

മുൾക്കാടുകളും വലിയ മരങ്ങളും കുറ്റിച്ചെടികളും നിറഞ്ഞ തണുത്ത മണ്ണിൽ ഉറങ്ങുന്ന മീസാൻകല്ലുകൾ കാലൊച്ചകൾകേട്ട് തല ഉയർത്തി അവരെ നോക്കിയശേഷം വീണ്ടും ചുരുണ്ടുറക്കമായി.

മിന്നാമിനുങ്ങുകൾ കൂട്ടത്തോടെ ഇരുന്ന് കഥ പറയുന്ന ഖബറിനു മുന്നിൽ മുക്കുവന്മാർ നിശ്ശബ്ദരായി നിന്നു.

"ഇതാണ്..."

ഒച്ച താഴ്ത്തി പറഞ്ഞു.

അപ്പോൾ ഖബറിടത്തിന്റെ ഉയരത്തിലുള്ള മേൽക്കൂര ആകാശത്തിലേക്ക് പറന്നു. വാതിലുകൾ തുറക്കപ്പെട്ടു. തുറന്ന വാതിലൂടെ അവർ അകത്തേക്ക് കയറി.

അവിടെ വസന്തത്തിന്റെ പുകയുണ്ടായി.

പുക തെളിഞ്ഞപ്പോൾ ഖബറിടത്തിന്റെ മുകളിൽ ചമ്രം പടഞ്ഞിരുന്ന്, ആകാശത്തിലേക്ക് നോക്കി പുഞ്ചിരിക്കുന്ന ഔട്ടിയാക്കയെ കണ്ടു. ആകാശത്തിലെ ദേവതകൾ ദൈവത്തിന്റെ വെളിപാടുകൾ ചിത്രയടയാളത്തിലൂടെ വരക്കുന്നതും നോക്കി ഇരിക്കുകയാണ്. മുരടനക്കി ശ്രദ്ധ ക്ഷണിച്ചു. മുക്കുവന്മാരെ നോക്കി അലിവോടെ ഔട്ടിയാക്ക ചിരിച്ചു.

"ഞാനറിഞ്ഞിരുന്നു നിങ്ങളുടെ വരവ്."

ഔട്ടിയാക്ക ഒറ്റ ചിരിയോടെ പറഞ്ഞു.

ഓരോരുത്തരെയായി കെട്ടിപ്പിടിച്ചു. ശരീരത്തിന്റെ ചൂട്, അന്യോന്യം പകർന്ന് വെച്ച്, മനസ്സ് തൊട്ടറിഞ്ഞ്, നെറ്റിയിൽ ചുംബിച്ചു. മുക്കുവന്മാരുടെ ശരീരത്തിലൂടെ മിന്നലുകൾ മേഞ്ഞുനടന്നു. ഭൂമിയിൽ സംഗീതമുണ്ടായി.

സുബഹി നമസ്കാരത്തിനുശേഷമാണ് ഔട്ടിയാക്കയെ കാണാൻ വന്ന മുക്കുവന്മാരെക്കുറിച്ച് ഉസ്താദിന് ഓർമ വന്നത്. മുക്കുവന്മാർ വന്നത് സ്വപ്നത്തിലാണോ എന്ന സംശയം ഉസ്താദിനുണ്ടായി.

പള്ളിപ്പടികൾ ചവിട്ടി മുറ്റത്തേക്കിറങ്ങി. മണ്ണിൽ പതിഞ്ഞ മുക്കുവന്മാരുടെ കാലടിയടയാളങ്ങൾ തെളിഞ്ഞു കണ്ടപ്പോൾ ഉസ്താദ് ഉറപ്പിച്ചു.

നിശ്ചയം. ക്ഷണിക്കപ്പെട്ട അതിഥികൾ എത്തിയിരുന്നു. എന്തിനായിരിക്കും നട്ടപ്പാതിരാക്ക് അവർ വന്നത്? അതിന്റെ അർഥമെന്തായിരിക്കും?

പൊരുളെന്തായിരിക്കും?

ചോദിക്കാൻ കഴിഞ്ഞില്ല.

ഉറക്കത്തിന്റെ മസ്തായിരുന്നു.

ഉസ്താദിന് ബേജാറായി. വിറയലോടെ ഖബർസ്ഥാനിലേക്ക് ഓടുകയായിരുന്നു. മീസാൻകല്ലുകൾക്കിടയിൽ പടർന്നു കയറിയ പച്ചപ്പുല്ലുകൾ ചവിട്ടി, ഓടുമ്പോഴാണ് ആകാശച്ചെരുവിൽനിന്നും മുരളിച്ചയോടെ ഇറങ്ങിവന്ന കാറ്റ് ഉടുത്ത മുണ്ട് ഉയർത്തി പറപ്പിച്ചത്. തലയ്ക്ക് മുകളിലൂടെ പറക്കുന്ന ഉടുമുണ്ട് നോക്കി കരച്ചിലോടെ കൈപ്പത്തികൾ നഗ്നത മറച്ചു.

"...ന്നോട് പൊറുക്കണേ...."

മണ്ണിൽ തല താഴ്ത്തിപ്പിടിച്ച് ഉസ്താദ് കനിവ് തേടി.

ആകാശത്തിൽ പാറിക്കളിക്കുന്ന തുണിമുണ്ട് താഴേക്കിറങ്ങിവന്ന് ഉസ്താദിന്റെ ശരീരത്തെ പൊതിഞ്ഞു. ഉസ്താദിന് സന്തോഷമായി. നിറഞ്ഞ മനസ്സ് ചിരിച്ചു. ഔട്ടിയാക്കയുടെ ഖബറിടത്തിലേക്ക് മുട്ടുകാലിൽ ഇഴഞ്ഞു.

"ഔട്ടിയാക്കാ..." ഉസ്താദ് നീട്ടിവിളിച്ചു.

"....ന്നോട് പൊറുക്കണേ.... തെറ്റ് പറ്റിപ്പോയി. ഇനിയൊരിക്കലും ഇങ്ങനെ സംഭവിക്കില്ല."

പിറകിലൂടെ ആരോ നടന്നുപോകുന്ന ഒച്ചകേട്ടു. തലതിരിച്ച് നോക്കിയപ്പോൾ മീസാൻകല്ലുകൾ കുറ്റിക്കാട്ടിലേക്ക് നടന്നുപോകുന്നത് ഉസ്താദ് കണ്ടു. കണ്ണുകൾ അടച്ചുപിടിച്ചു.

മനുഷ്യന്മാര് കാണാൻ പാടില്ലാത്ത സംഗതികളൊക്കെയാ കാണുന്നത്.

ഉസ്താദ് പിറുപിറുത്തു.

അപ്പോൾ ഉസ്താദിന്റെ കാൽവിരലുകൾ, വേരുകളെന്നപോലെ മണ്ണിലേക്ക് പടർന്നിറങ്ങി. കൈകൾ കൊമ്പുകളായി. തലയിലാകമാനം പച്ച ഇലകൾ മുളച്ചു. ഇലകളിൽ കാറ്റ് പൊതിഞ്ഞ് ഇക്കിളിയാക്കി.

ഉസ്താദ് ഇളകി ചിരിക്കുകയാണ്.

4

തിരിച്ചുപോക്ക്

അങ്ങ് ദൂരെ നിന്ന് നിറം കെട്ട പല്ലക്ക് നടന്നുവരുന്നത് ഉണർവിന്റെ നൂൽരേഖയിലൂടെ രാജാവ് കണ്ടു. തലയനക്കാതെ.... ഇമയനക്കാതെ ആകാശത്തിൽനിന്നും ഊർന്നിറങ്ങിവന്ന പല്ലക്ക് ജാലകവാതലിലൂടെ കയറിവന്ന്, ഉറക്കമുറിക്ക് ചുറ്റും വട്ടം കറങ്ങി രാജാവിന്റെ മുന്നിൽ വന്നു നിന്നു.

അപ്പോൾ ഉറക്കക്കട്ടിൽ ഇളകിയാടുകയും പല്ലി ചിലയ്ക്കുകയും കാക്ക നിലവിളിക്കുകയും കുറുക്കൻ ഓരിയിടുകയുമുണ്ടായി.

ഭൂമിയുടെ നിറം കറുപ്പാണ്.

പല്ലക്കിന്റെ വാതിൽ തുറക്കപ്പെട്ടു. തുറന്ന വാതിലിലൂടെ ആരേയും പേടിപ്പെടുത്തുന്ന കറുകറുത്ത സത്വം പുറത്തേക്കിറങ്ങി. ചുറ്റുപാടും നോക്കി, രാജാവിന്റെ അരികിലേക്ക് സത്വം നടന്നുവരികയാണ്. ആരു കണ്ടാലും പേടിച്ചുപോകും.

നിശ്ചലമാക്കപ്പെട്ട രൂപമായിരുന്നില്ല അത്. ഭീമാകാരമായതും ഇള കിയാടുന്നതുമായ തല. സൂക്ഷിച്ചുനോക്കിയാൽ പോത്തിന്റെ രൂപം കാണാം. ചിലപ്പോൾ ചെന്നായയുടേതും. ചോരയൊഴുകുന്ന നാവ് പുറ ത്തേക്ക് ഇഴയുന്നുണ്ട്. തീക്കട്ടപോലെയുള്ള കണ്ണുകൾ കത്തുന്നുണ്ട്. നെറ്റിയിൽ മൂർച്ചയുടെ കൊമ്പ്, രോമാവൃതം.

–സത്വം നടക്കുമ്പോൾ ഭൂമി കുലുങ്ങുന്നുണ്ട്.

രാജാവിനെ നോക്കി സത്വം അലറിച്ചിരിച്ചു. പിശാചിന്റെ ചിരി തന്നെ.

സത്വം കൈവെള്ള നിവർത്തി. നിവർന്ന കൈവെള്ളയിൽ രാജാ വിന്റെ മുഖചിത്രം തെളിഞ്ഞുവന്നു. രാജാവിന്റെ മുഖം തന്നെയാണോ തെളിഞ്ഞുവന്നതെന്ന് ഉറപ്പുവരുത്തിയശേഷം ശരീരത്തിലാകമാനം സത്വം ഊതി. ഞെരിയാണിയിൽനിന്നും തുടങ്ങി തലയുടെ ഉച്ചിവരെ.

തീപൊള്ളുന്ന വേദനകൊണ്ട് രാജാവ് നിലവിളിച്ചു. പക്ഷേ, ഒച്ച പുറത്തേക്ക് വരുന്നില്ലായിരുന്നു.

ചെവിക്കരികിലേക്ക് തല നീട്ടിവെച്ച് സത്വം പറഞ്ഞു:

"നിന്റെ സമയം തീർന്നിരിക്കുന്നു..."

രാജാവ് മറുപടിയൊന്നും പറഞ്ഞില്ല.

വ്യാകരണം നഷ്ടപ്പെട്ട ജീവിതത്തിന് മരണമാണ് നിശ്ചയം.

തലയനക്കാനോ കാലുകളനക്കാനോ കാലുകൾ നിവർത്തി ഓടാനോ ചുണ്ടുകൾ അനക്കാനോ കഴിയുന്നില്ല.

ഇനി മണ്ണിൽ ജീവിക്കാനാവില്ല. ഭൂമിയിലെ വേരുകൾ നഷ്ടമാവുകയാണ്; ജീവിതം പടിയിറങ്ങുകയാണ്.കാഴ്ചകൾ കാണാനാവില്ല. തൊട്ടറിയാനാവില്ല. ജീവിച്ചിട്ട് മതിയായില്ല. ജീവിതത്തെ അത്രകണ്ട് ഇഷ്ടമാണ്. സ്നേഹമാണ്. സന്തോഷമാണ്.

ആഗ്രഹിച്ചതൊക്കെ, കണ്ടതൊക്കെ, സ്വപ്നങ്ങളൊക്കെ, നേടുവാൻ കഴിയുന്ന ജീവിതത്തെ ആരാണ് സ്നേഹിക്കാതിരിക്കുക. കണ്ടതൊക്കെ ആഗ്രഹിച്ചു. ആഗ്രഹിച്ചതൊക്കെ നേടി. അന്നേരം മരണത്തെക്കുറിച്ച് ഓർത്തിരുന്നില്ല.

കാലടികൾക്ക് കീഴെ പതുങ്ങി കിടക്കുന്ന മരണത്തിന്റെ തൊട്ടടയാളം, സ്പന്ദനം, കേൾക്കാൻ കാതുകൾ വെച്ചില്ല.

ഇതാ, ഇപ്പോൾ....

ചെങ്കോല്, കിരീടം, സിംഹാസനം...

എല്ലാം നഷ്ടപ്പെട്ട് ശൂന്യമാകുവാൻ പോകുകയാണ്.

സുഖിക്കാനുള്ള ജീവിതം മരിപ്പിന്റെ കട്ടിലിൽ കിടത്തുകയാണ്.

മരിച്ചവന്റെ കുപ്പായമിട്ട്, പറിച്ചെടുത്ത വേരുകളുമായി, ശൂന്യമാക്കപ്പെട്ടതും ഇരുട്ടിയതുമായ മണ്ണിനകത്തെ ഒറ്റ കാഴ്ചകണ്ട് ഉറങ്ങണമെന്നോർത്തപ്പോൾ പേടിവന്നു.

–ഭൂമിയിൽ ജീവിക്കണമെന്നുണ്ട്.

പൂതി മനസിലാക്കിയ സത്വം ചിരിച്ചു.

"ജീവിക്കാൻ കൊതി തോന്നുന്നുവല്ലേ....?"

ഒന്നും പറയാനാവാതെ മിഴിച്ച് സത്വത്തെ നോക്കി.

"എന്തിനാ... ഇത്രകണ്ട് ജീവിതത്തെ സ്നേഹിക്കുന്നത്. വേറെയും ലോകമുണ്ട്. ഏഴ് ലോകം. ഒന്നാം ലോകത്തിന്റെ ജീവിതം കഴിഞ്ഞാൽ ആറ് ലോകത്തെ ജീവിതം ബാക്കിയുണ്ട്. അവിടുത്തെ കാഴ്ചകളൊക്കെ കാണണ്ടേ...? ആ ലോകങ്ങളൊക്കെ തൊട്ടറിഞ്ഞ്, സുഖമറിയേണ്ടേ...?

പൊടുന്നനെ പല്ലക്കിന്റെ അകത്തുനിന്നും വെളുത്ത പുക ഇറങ്ങിവന്ന് രാജാവിനെ മൂടി. കൺദ്വാരത്തിലൂടെ, വായിലൂടെ പാഞ്ഞുകയറിയ പുക ഉടലിനകത്ത് പറ്റിപ്പിടിച്ചുകിടക്കുന്ന അവസാന കണികയും പറിച്ചെടുത്തു. ഉടലിലാകമാനം വേദനയുണ്ടായി. രാജാവ് നിലവിളിച്ചു. പിടഞ്ഞു. കണ്ണുകളിൽ ഇടിപൊട്ടി, ഇരുട്ടുമൂടി, കണ്ണുകൾ അടഞ്ഞു. ശ്വാസംകെട്ടു.

ഞെരിയാണിയിലൂടെ പടർന്നുകയറിയ തണുപ്പ് ശരീരഭാഗങ്ങൾ ഓരോ ന്നായി വിഴുങ്ങാൻ തുടങ്ങി.

ഇടക്കെപ്പോഴോ ബോധം തെളിഞ്ഞപ്പോൾ വിളിച്ചു:

"മകനേ..."

"എന്തോ..."

മകന്റെ മറുയൊച്ച കേട്ടപ്പോൾ ഉണർന്നു.

"ഇനി...."

ബാക്കി പറയാനാവാതെ വാക്കുകൾ വിറങ്ങലിച്ചു. സുഗന്ധം നിറ ഞ്ഞതും വൃത്തികെട്ടതുമായ വാക്കുകൾ, ചുറ്റുപാടും പറന്നുകളിക്കുക യാണ്. നല്ലകാലത്ത് ആവശ്യാനുസരണം വാക്കുകളെ എടുത്ത് ഉപയോ ഗിക്കുകയായിരുന്നു. പരിഗണന നൽകാതെ... മഞ്ഞനിറമുള്ള വിരലുകൾ കൊണ്ട് വാക്കുകളെ എത്തിപ്പിടിക്കാൻ ശ്രമിച്ചു. വാക്കുകൾ വഴുതിക്കളി ക്കുകയാണ്. കൈത്തണ്ട മുറുക്കെപ്പിടിച്ച് മകൻ ചോദിക്കുന്നു.

"എന്താണ് അപ്പനേ..."

അകപ്പെട്ടുപോയ വെപ്രാളത്തിന്റെ സങ്കടത്തിൽനിന്ന് മകന്റെ വിളി യൊച്ചകേട്ടപ്പോൾ ഉണർന്നു.

"ഇനി നീയാണ് ദേശം ഭരിക്കേണ്ടത്. എന്റെ സമയം തീർന്നു. ഒന്നാം ലോകത്തിൽനിന്നും രണ്ടാം ലോകത്തിലേക്ക് യാത്ര പോകുകയാണ്. ഏഴു ലോകമുണ്ടത്രെ. രണ്ടാം ലോകം കിട്ടിയാൽ നിന്നെ വിളിക്കാം. ചെങ്കോലും കിരീടവും സിംഹാസനവുമായി നമുക്ക് ഒന്നിച്ച് വാഴാം. അതു വരെ ദേശം ഭരിക്കണം. ആചാരവും അനുഷ്ഠാനവും കാത്തുസൂക്ഷിക്ക ണം. കിരീടംവെക്കൽ ചടങ്ങിന് മുമ്പ് രാജഗുരുവിനെ കാണണം. അനു ഗ്രഹം വാങ്ങിക്കേണം. അതൊരു ആചാരമാണ്. അനുഷ്ഠാനമാണ്. മുട ക്കരുത്."

രാജാവിന്റെ ഉടൽ ഒന്നിളകി.

മുന്നിൽ സത്വം നിന്നു. മകന്റെ നിഴൽരൂപം മറച്ചു.

"മകനേ...."

"കേൾക്കുന്നുണ്ടോ....?"

മകൻ മൂളി.

"സുഖമായി ഭരിക്കേണ്ട വഴികളൊക്കെ ഒരുക്കിയിട്ടാണ് പോകുന്നത്. ഔട്ടിയാക്കയെ കടൽ വിഴുങ്ങി. പേടിക്കാതെ ഭരിക്കാം."

കണ്ണുകളിൽ മിന്നലാട്ടമുണ്ടായി. ചുറ്റുപാടും ഇരുട്ടായി. മൂക്കിൽ മഞ്ഞവെള്ളം നിറഞ്ഞു. ശരീരം വിറച്ചു. കൈകൾ രണ്ടും നെഞ്ചിൽ കോർത്തുവെച്ചു. കാലുകൾ അടുക്കിവെച്ചു. തല നിവർത്തിവെച്ചു. നാവിൽ മരണത്തിന്റെ രുചി അറിയുന്നുണ്ട്.

"അവൻ വരുന്നുണ്ട്."

വിറയലോടെ പറഞ്ഞു.

"ആരാണ്?"

മകന്റെ ചോദ്യം രാജാവ് കേട്ടിരുന്നില്ല.

5

അലിവിന്റെ കൂട്ടം

കിളിയൊച്ചകൾ കേട്ട്, മൃഗങ്ങളുടെ കളിതമാശകൾ കേട്ട്, പച്ചില ക്കാട്ടിന്റെ തണുപ്പറിഞ്ഞ്, ഉണക്കചപ്പുകൾ ചവിട്ടിമെതിച്ച് രാജഗുരുവിന്റെ അടുത്തേക്ക് രാജകുമാരൻ നടക്കുകയാണ്.

–നേരം വെളുക്കുന്നതേയുള്ളൂ.

ദേശത്തിന്റെ രാജാവാകുകയാണ്. അധിപതി തന്നെ. കിരീടവും ചെങ്കോലും സിംഹാസനവുമൊക്കെ സ്വന്തമാകുകയാണ്.

ഇതുവരെ സിംഹാസനം ദൂരെനിന്ന് നോക്കി നിൽക്കാനേ കഴി ഞ്ഞിട്ടുള്ളൂ. ദർബാർഹാളിൽ കയറ്റാറില്ല. എന്തുകൊണ്ടാണ് സ്വർണസിം ഹാസനത്തിൽ ഇരുത്താത്തതെന്ന ചോദ്യത്തിന് ഉത്തരം നൽകിയത് “മാ” ആയിരുന്നു. ജനനം തൊട്ടേ “മാ” കിടപ്പിലായിരുന്നു. ഏതോ വൈ ദ്യൻ മരുന്ന് മാറി നൽകിയിട്ടാണ് കിടപ്പിലായതെന്നാണ് പറഞ്ഞു കേട്ട ത്. അതല്ല കിടത്തിയതാണെന്നും പറയുന്നുണ്ട്. ഏതാണ് ശരി? ഏതാണ് തെറ്റ്? അറിയില്ല! ശരിതെറ്റുകൾക്കിടയിലൂടെ വേട്ടനായയെപ്പോലെ മണ പ്പിച്ചു നടന്നിട്ടു കാര്യവുമില്ല. ആരും ഒന്നും പറയുകയുമില്ല. ചോദ്യം ചെയ്യാത്ത ഉത്തരമാണല്ലോ രാജാവ് എന്നു പറയുന്നത്.

ഒരു ദിവസം–

“മാ” മരിച്ചു. മരിച്ചതുപോലും അത്രകണ്ട്, ആരും കാര്യമാക്കിയില്ല. അനാഥശവംപോലെ... അങ്ങനെ മറവ് ചെയ്തു. മരിച്ച “മാ”യെ കാ ണാൻ രാജാവ് വന്നിരുന്നില്ല. ജീവിച്ചിരിക്കുമ്പോൾ ശ്രദ്ധിക്കാത്തയാൾ പിന്നെങ്ങനെയാണ് മരിച്ചവരെ നോക്കുക.

“മാ”യുടെ കട്ടിലിന്റെ ഓരത്ത് ഇരിക്കുകയാണ് എന്നും പതിവ്. അങ്ങനെ നോക്കിക്കിടക്കും. ഒന്നും പറയില്ല.

ഒരുദിവസം “മാ” പറഞ്ഞു:

"ദർബാർഹാളിൽ കയറ്റാതിരിക്കുന്നത് നീ സിംഹാസനം ആഗ്രഹിക്കാതിരിക്കാനാണ്. സിംഹാസനത്തിന്റെ സൗന്ദര്യം കണ്ടാൽ ഇരിക്കാൻ തോന്നും. ഇരുന്ന് കഴിഞ്ഞാൽ സ്വന്തമാക്കാൻ തോന്നും. അതിനുള്ള വഴികൾ തേടും. വഴി തെളിയാതിരുന്നാൽ കുറുക്കുവഴികൾ തേടും. ഒരു ദിവസം സിംഹാസനം നിന്നെ തേടിയെത്തും. അതുവരെ കാത്തിരിക്കുക."

ആ ദിവസമാണ് വന്നിരിക്കുന്നത്. ഇനിയുള്ള കാലം എന്റേതാണ്. എന്റേത് മാത്രം...

രണ്ടു മലകൾക്കിടയിലെ കാട്ടിനുള്ളിലെ സമചതുരത്തിലാണ് രാജഗുരു പാർക്കുന്നത്. കാട്ടുമൃഗങ്ങളുടെ ഇടയിൽ, കിളികളുടെ പാട്ട് കേട്ട്...

"ഞാൻ വിചാരിച്ചു നീ വരില്ലെന്ന്..."

രാജകുമാരനെ കണ്ടപ്പോൾ രാജഗുരു പറഞ്ഞത് അങ്ങനെയായിരുന്നു.

പൊളിഞ്ഞു വീഴാറായ തറവാട്ടുപുരയിലാണ് രാജഗുരു പാർക്കുന്നത്. ചുറ്റുപാടും കാട് കയറിയിരുന്നു. പുല്ലുകളും പാഴ്ചെടികളും കയറിയ മുറ്റം. മനുഷ്യവാസമുണ്ടെന്ന് പറയില്ല. ഒറ്റയ്ക്കാണ് പാർക്കുന്നത്. ഏതോ കാട്ടുമനുഷ്യൻ സഹായത്തിന് വരും. വെച്ചു വിളമ്പാൻ.

മേൽക്കൂരയൊക്കെ ചോർന്നൊലിക്കുന്നുണ്ട്. ചുമരിനാകെ പായല് കെട്ടിയിട്ടുണ്ട്. ചുമരിൽ തേച്ച കുമ്മായം അടർന്ന് വീണിട്ടുണ്ട്. നിലത്ത് പാകിയ ചുകന്ന സിമന്റ് കട്ടയുടെ നിറം മങ്ങിയിട്ടുണ്ട്. വിജാഗിരി പൊട്ടിയ കിളിവാതിലുകൾ തൂങ്ങിക്കിടക്കുന്നുണ്ട്. മുൻവശത്തെ മരവാതിൽ ചാരിവെച്ചിട്ടുണ്ട്.

"ഇരിക്കൂ..."

മടക്കിവെച്ച പുൽപ്പായ നിവർത്തിയിട്ട് രാജകുമാരനെ ക്ഷണിച്ചു.

കീറിപ്പറിഞ്ഞതാണ് പായ. വൃത്തിയുമില്ല. രാജഗുരുവിന് അഭിമുഖമായി ഇരുന്നു.

"കുറച്ചുകാലം മുമ്പ് ഇവിടം സജീവമായിരുന്നു. ഒഴിവുദിവസമാണ് രാജാവ് ഇവിടേക്ക് വരിക. രാജാവായിട്ടല്ല വരവ്. കളിക്കൂട്ടുകാരനായിട്ട്. മനസ്സ്തൊട്ടറിയുന്ന കൂട്ടുകാര് എവിടെനിന്നൊക്കെയോ വന്ന് ഒത്തുകൂടും. കളിയും ചിരിയും തമാശകളും നിറയും. വായനയും സംഗീതവും ചർച്ചയും. "അലിവിന്റെ കൂട്ടം" എന്നാണ് പറയുക. അന്യോന്യം പകയോ വൈരാഗ്യമോ ഇല്ല. പിന്നെ പിന്നെ രാജാവിന്റെ നിലപാടുകൾ മാറുകയായിരുന്നു. ചതുരംഗകളിയിലായി താൽപ്പര്യം. പണവും സ്വർണവും വെച്ചു തന്നെ. കളിക്കാർ പലയിടങ്ങളിൽനിന്നായി വന്നു. ഞങ്ങൾ കാഴ്ചക്കാരായി നിന്നു. അന്യോന്യം പോർവിളികളുണ്ടായി.

തോൽവി അംഗീകരിക്കാൻ ഒരിക്കലും കഴിയില്ലായിരുന്നു. തോൽക്കുമ്പോൾ വിറളി പിടിക്കും. തോൽക്കരുതെന്ന ശാഠ്യത്തോടെ കളി മുറുകി. ജയിച്ചവരെയൊക്കെ രാജാവ് കൊന്നു. കൊലച്ചിരി ചിരിച്ചു.

അവസാനം ചങ്ങാതിമാർ വരാതെയായി. കളിക്കാരും വരാതെയായി. എല്ലാവർക്കും പേടിയായി.

രാജാവ് ഒറ്റപ്പെട്ടു. ഇവിടേക്ക് വന്നാൽ, ദൂരേക്ക് നോക്കി വെറുതെ ഇരിക്കും. ഒന്നും സംസാരിക്കില്ല.

ചതുരംഗപലക നിവർത്തി, ഞങ്ങൾ കളിക്കും. ഞാൻ തോറ്റുകൊടുക്കും. ജീവിതം തോറ്റവർക്ക് കളിയിൽ തോറ്റുകൊടുത്താൽ ഒന്നും നഷ്ടപ്പെടില്ലല്ലോ...

ജയിച്ച രാജാവ് നടന്നു. ആനയെപ്പോലെ, ചെവികൾ ആനച്ചെവികളായി. തലയ്ക്ക് താഴെ മൂർച്ചയുടെ കൊമ്പുകളുണ്ടായി. വലിയ മസ്തിഷ്കമുണ്ടായി. മൂക്കുകൾ പിളർന്ന് തുമ്പിക്കൈയായി. ആന ചിഹ്നം വിളിച്ചു. അപ്പോൾ ഭൂമിയും ആകാശവും മരങ്ങളും പ്രജകളും പേടിച്ചുവിറക്കുന്നത് രാജാവ് സ്വപ്നം കണ്ടു.

ആ സ്വപ്നലഹരിയിൽ പാവം ജീവിക്കുകയായിരുന്നു.

പിന്നെപ്പൊഴോ വഴിതെറ്റി. ഇങ്ങോട്ടൊന്നും വരാതായി. വഴി തെറ്റിയ കാര്യം ചൂണ്ടിക്കാണിച്ചപ്പോൾ "നീയാര്..... ഉപദേശിക്കാൻ..." വിശന്ന സിംഹത്തെപ്പോലെ കടിച്ചുകീറാൻ വന്നു. ചുറ്റുപാടും ശത്രുക്കളാണെന്ന് വിചാരിച്ചു, ശത്രുവിന്റെ ചെരിപ്പടയാളത്തിന്റെ ഒച്ചക്കുവേണ്ടി കാതുകൾ കൂർപ്പിച്ചുവെച്ചു. സംശയിക്കുന്നവരെയൊക്കെ ഗളഛേദനം നടത്തി. മൂർച്ചയുടെ വാൾ തലയിണയിൽ തിരുകിവെച്ചുറങ്ങുന്നവന്റെ ദയനീയത ഓർത്തുനോക്കൂ. രാജഗുരു ചിരിച്ചു.

വീടിന്റെ അകത്തേക്ക് രാജകുമാരനെ ക്ഷണിച്ചു. അകം സുന്ദരമാണ്. അനേകം കൊച്ചുമുറികളുണ്ട്. മുറിക്കപ്പുറത്ത് വിശാലമായ ഇടനാഴിയുണ്ട്. അതിലൂടെ നടന്നു. കുറച്ചു നടന്നപ്പോൾ ചുമരിൽ വരച്ച ഛായാപടങ്ങൾ കണ്ടു. പിതാമഹന്മാരുടേതാണ്. എല്ലാവർക്കും ഒരേ ഛായ തന്നെ. പിതാവിന്റേതുമുണ്ട്. കുറച്ചുനാൾ മുമ്പ് വരപ്പിച്ചതാണത്രെ. അവസാനിക്കാറായി എന്നുതോന്നിയ വർഷം.

ഛായാചിത്രത്തിൽ സൂക്ഷിച്ചുനോക്കി. കണ്ണുകളിൽ തീയുണ്ട്. നെഞ്ചുവിടർത്തി രാജവേഷത്തിൽ നിൽപ്പുകണ്ടാൽ ആരും നോക്കിപ്പോകും.

ചുണ്ട് അനങ്ങുന്നുണ്ടല്ലോ. ബാക്കിവെച്ചുപോയ വാക്കുകൾ പൂരിപ്പിക്കാനുണ്ടാകും. ചിത്രത്തിന്റെ അരികിൽ ചേർന്നുനിന്ന് ചോദിച്ചു:

"എന്താണ്?"

ഒന്നും പറയുന്നില്ലല്ലോ.

6

വചനങ്ങളുടെ ഗുരു

"രണ്ട് ആടുകളെ തമ്മിലടുപ്പിച്ച് ചോര കുടിച്ച കുറുക്കന്റെ കഥ നിനക്കറിയോ..."

രാജഗുരു അങ്ങനെ പറഞ്ഞുകൊണ്ടാണ് വിഷയത്തിലേക്ക് കടന്നത്.

"എല്ലാവരും കേട്ട കഥയാണിത്. പഴങ്കഥകൾക്ക് പ്രത്യേകതകളുണ്ട്. ആമയുടെയും മുയലിന്റെയും കഥയായാലും, മണ്ണാങ്കട്ടയും കരിയിലയുടെയും കഥയായാലും, ആ കഥകളിലൊക്കെ സ്വന്തം ജീവിതത്തിൽ പ്രസക്തിയുള്ളതായി മാറുന്നു. പക്ഷേ, യോജിച്ച സന്ദർഭങ്ങളിലൊക്കെ കൂട്ടി വായിച്ചാൽ മാത്രമേ ഉത്തരം കിട്ടുകയുള്ളൂ.

ആടിന്റെ കഥ നോക്കുക:

ഭൂമിയോട് സങ്കടം പറയുന്ന ജന്മമാണ് ആടുകളുടേത്. അവ സ്വപ്നങ്ങൾ കാണാറേയില്ല. തലയുയർത്തി ആകാശത്തിലേക്കു നോക്കാറുമില്ല. ഭൂമിയോടു സങ്കടം പറഞ്ഞ്, കിട്ടിയത് തിന്ന്, ആർത്തിയില്ലാത്ത ജന്മമായി ആടുകൾ ജീവിച്ചു പോന്നു.

കുറുക്കന്റെ കഥയെന്തിനാണ് കിരീടം വെക്കാൻ പോകുന്ന നിന്നോട് പറയുന്നതെന്ന് വിചാരിക്കുന്നുണ്ടാകും. കേട്ടുകഴിയുമ്പോൾ കാര്യങ്ങൾ മനസിലാകും.

ഇനി കഥ പറയാം:

ഇരതേടി ഇറങ്ങിയതാണ് കുറുക്കൻ. നല്ല വിശപ്പുണ്ട്. പണ്ടത്തെപ്പോലെ സൂത്രത്തിൽ ഇരപിടിക്കാനൊന്നും കഴിയുന്നില്ല. അങ്ങനെ വിചാരിച്ച് നടക്കുമ്പോഴാണ് രണ്ട് ആടുകൾ തമാശകൾ പറഞ്ഞ് ചിരിക്കുന്നത് ശ്രദ്ധയിൽപ്പെട്ടത്. കുറുക്കന് സന്തോഷമായി. ഇര മുന്നിലുണ്ട്. വല വിരിക്കണം. കീഴ്പ്പെടുത്തണം. മനസ്സ് തുടുത്തു. വിഭവ സമൃദ്ധമായ ഭക്ഷണം കഴിച്ചിട്ട് കുറെ നാളായി. കടിച്ച് മുറിച്ച് ആടിനെ തിന്നുന്നത് ആലോചിച്ചപ്പോൾ വായിൽ രസമൂറി. അത്ര എളുപ്പത്തിൽ കീഴ്പ്പെടുത്താനാവി

ല്ലെന്ന് അറിയാമായിരുന്നു. അടിയും പിടിയുമൊക്കെയായിട്ട് ഓടിച്ചിട്ട് പിടിക്കാനൊന്നും കഴിയില്ല. രണ്ട് പേരുണ്ട്. ഐക്യമത്യം മഹാബലം. ആടിന്റെ ചവിട്ട് കിട്ടിയാൽ എഴുന്നേറ്റ് നടക്കാൻ കഴിയില്ല.

പിന്നെന്താണ് വഴി.

നനയാതെ പിടിക്കണം. അതാണ് ബുദ്ധി.

കൗശലക്കാരനായ കുറുക്കന്റെ തലയിൽ എന്താണ് ചെയ്യേണ്ടതെന്ന വഴി തെളിഞ്ഞുവന്നു. കുറുക്കന് സന്തോഷമായി. ആടുകളുടെ അരികിൽ കുത്തിയിരുന്ന് ചോദിച്ചു:

'നിങ്ങളിലാർക്കാണ് ഉശിര് കൂടുതൽ?'

'എനിക്ക്... എനിക്ക്...'

രണ്ടുപേരും ആർത്ത് വിളിച്ച് പറഞ്ഞു.

അന്യോന്യം പകയെരിയുന്ന കണ്ണുകളോടെ നോക്കി മുറുമുറുത്തു. മസിലുകൾ ഉയർത്തിക്കാട്ടി. കാലുകൾ നിലത്ത് അമർത്തിച്ചവിട്ടി.

കുറുക്കന് സന്തോഷമായി.

ഇത്ര വേഗത്തിൽ കാര്യം നടക്കുമെന്ന് വിചാരിച്ചിരുന്നില്ല.

'വെറുതെ വീരസ്യമൊന്നും പറയണ്ട. രണ്ടുപേർ ഒന്നാമനാകുന്നത് ശരിയുമല്ല' കുറുക്കൻ പറഞ്ഞു.

'എന്നാല് കാണിച്ചു തരാം.'

ഒന്നാം ആട് അങ്ങനെ പറഞ്ഞുകൊണ്ട് രണ്ടാം ആടിന്റെ വയറ്റിൽ ചവിട്ടി. ചെരിഞ്ഞുവീണു. നിലത്തുവീണവനെ നോക്കി ഒന്നാം ആട് ചിരിച്ചു. രണ്ടാം ആട് പിടഞ്ഞെഴുന്നേറ്റ് ശക്തിയോടെ തലകൊണ്ട് ഇടിച്ചു. തലകൾ കൂട്ടിമുട്ടി. പിറകിലോട്ട് മാറിനിന്ന് കൂട്ടിമുട്ടി. തലകൾ കൂട്ടിമുട്ടുന്ന ഒച്ച കേട്ടപ്പോൾ കുറുക്കൻ സന്തോഷിച്ചു. ഇരുവരേയും കുറുക്കൻ പ്രോത്സാഹിപ്പിച്ചുകൊണ്ടേയിരുന്നു.

അവസാനം......

തലയൊടിഞ്ഞ് രണ്ട് ആടുകളും ചത്തു വീണു.

ഇതാണ് കഥ. ഇതിൽ രണ്ടുവശമുണ്ട്. ഏതുവേണമെങ്കിലും സ്വീകരിക്കാം.

കഥയിലെ കൗശലക്കാരനായ കുറുക്കനെപോലെയാകാം. കൗശലക്കാരന് മാത്രമേ നല്ല ഭരണാധികാരിയാകാൻ കഴിയുകയുള്ളൂ. കാര്യം നേടാൻ കുറുക്കുവഴി കണ്ടെത്തണം. വിജയമായിരിക്കണം ലക്ഷ്യം.

പണ്ടത്തെപ്പോലെ രാജാക്കന്മാരെപ്പോലെ വാളുകൾ വീശിയെറിഞ്ഞ് കുതിരപ്പടയുമായി ശത്രുവിനെ കീഴ്പ്പെടുത്താനാവില്ല. പുതിയ വഴി കണ്ടെത്തണം. എന്നിട്ട് വരുതിയിലാക്കണം. വിധേയന്മാരാകണം. അതാണ് കഴിവ്. ചുറ്റുപാടുകൾ എപ്പോഴും ഇരുട്ടിന്റേതായിരിക്കും. എത്ര വെളിച്ചം തെളിച്ചാലും ഇരുട്ട് മാറില്ല. ഇരുട്ടിൽ, മൂർച്ചയുടെ കത്തിയുമായി, ഒച്ചയുമനക്കവുമുണ്ടാക്കാതെ നിഴൽപോലെ ശത്രു ഉണ്ടെന്ന ജാഗ്രത വേണം. ശരീരത്തിലാകമാനം തുറന്ന കണ്ണുകൾ തുന്നിപ്പിടിപ്പിക്കണം.

ഇനി മനസമാധാനമില്ലാത്ത ജീവിതത്തിന്റെ ഘോഷയാത്രയാണ്

വരുന്നത്. ഉറക്കത്തിലും ഉണർവിലും കീഴ്പ്പെടുത്താൻ വരുന്നവരെക്കുറിച്ചാണ് വിചാരിക്കേണ്ടത്.

'അല്ലെങ്കില്.'

ഒന്ന് നിർത്തി രാജകുമാരനെ നോക്കി തുടർന്നു: "ആടുകളുടെ ജീവിതം തെരഞ്ഞെടുക്കാം. അങ്ങനെ ഭരിച്ചുപോകുക. കിട്ടിയതിനെക്കൊണ്ട് തൃപ്തിപ്പെടുക. ഏതുവേണമെങ്കിലും തെരഞ്ഞെടുക്കാം."

"അമ്മ പറഞ്ഞത് നിങ്ങൾ സാത്വികനാണെന്നാണ്."

രാജകുമാരൻ പറഞ്ഞപ്പോൾ രാജഗുരു ചിരിച്ചു.

"ശരിയായിരുന്നു" രാജഗുരു ദീർഘനിശ്വാസമിട്ടു.

"രാജാക്കന്മാർ ഒരിക്കലും സാത്വികന്മാരാകുന്നില്ല. കൊന്നുതിന്നുക എന്നതാണ് അവരുടെ ചരിത്രം. അങ്ങനെയേ നടക്കൂ. കാരണം സിംഹാസനത്തിലിരിക്കുമ്പോൾ എല്ലാവരെയും മറക്കുന്നു. എല്ലാവരും മാറുന്നു. എങ്ങിനെയാണെന്നറിയില്ല."

രാജഗുരു നിശ്ശബ്ദനായി. കുറേസമയം അവിടെ നിന്നശേഷം മിണ്ടാത്ത രാജഗുരുവിനെ ഒന്നുനോക്കി രാജകുമാരൻ ഇറങ്ങി നടന്നു.

7

കിരീടംവെപ്പ്

രാജകീയമായ പ്രാർഥനാന്തരീക്ഷത്തിലാണ് കിരീടം വെക്കൽ ചടങ്ങ് നടന്നത്. ആകാശത്തിൽ കൊളുത്തിവെച്ച കൊടിതോരണങ്ങൾ നിറഞ്ഞ തെരുവോരങ്ങളിൽനിന്നും രാജഗീതങ്ങൾ നിശ്ശബ്ദപ്രാർഥന പോലെ പതിഞ്ഞ സ്വരത്തിൽ കേൾക്കാം.

ആൽമരത്തിന്റെ ചുവട്ടിൽ തൂക്കിയിട്ട രാജമാതാവിന്റെയും രാജപിതാവിന്റെയും ഛായാചിത്രങ്ങൾക്ക് മുകളിൽ ചാർത്തിയിട്ട മുല്ലപ്പൂക്കൾക്കരികിൽ വെച്ച കുന്തിരിക്കത്തിലെ വെള്ളക്കുതിര ഉയരുന്നുണ്ട്.

പ്രജകൾ സന്തോഷത്തിലാണ്. രാജകുമാരന് വിജയം നേർന്ന് കൈകൾമുട്ടി ചിരിയോടെ നടക്കുന്ന യുവാക്കളുടെ കൂട്ടത്തെ കാണാം. നിരത്തിന്റെ നടുവിൽ രാജകുമാരന്റെ ചിരിക്കുന്ന ഛായാചിത്രം തൂക്കിയിട്ടുണ്ട്. ചിരിനോക്കി കുട്ടികൾ വട്ടംകൂടി നിൽക്കുന്നുണ്ട്. മധുരമിഠായികൾ വിതരണം ചെയ്യുന്നുണ്ട്.

മാമാങ്കം നടത്തിയ മൈതാനത്തിലാണ് കിരീടം വെക്കൽ ചടങ്ങ് നടക്കുന്നത്. മൈതാനത്തിന്റെ ഒത്തനടുവിൽ ഉയർന്ന മണ്ഡപം ഒരുക്കിയിട്ടുണ്ട്. ഏത് ദിശയിൽ ഇരിക്കുന്നവർക്കും കാണാനുള്ള സൗകര്യത്തിനാണത്. മണ്ഡപത്തിന്റെ നാല് ഭാഗത്തും ഉയർത്തിക്കെട്ടിയ പട്ടിന്റെ ദേശകൊടികൾ പാറി പറക്കുന്നുണ്ട്.

മൈതാനത്തിൽ ആളുകൾ തിങ്ങി നിറഞ്ഞിരിക്കുകയാണ്. എല്ലാവരും മഹാരാജാവ് നീണാൾ വാഴട്ടെയെന്ന് വിളിച്ചു പറയുന്നുണ്ട്.

കൃത്യസമയത്തുതന്നെ രാജകുമാരൻ എത്തുകയുണ്ടായി. സ്വർണ പല്ലക്കിലാണ് വരവ്. പല്ലക്കിന്റെ തിളക്കം ദൂരെനിന്ന് കണ്ടപ്പോൾത്തന്നെ ആർപ്പുവിളി ഉയർന്നു.

പല്ലക്കിന്റെ കാലുകൾ ചുമലിലേറ്റിയിരിക്കുന്നത് ഖലാസികളാണ്. കസവുമുണ്ടാണ് അവർ ഉടുത്തിരിക്കുന്നത്. കുപ്പായം ധരിച്ചിരുന്നില്ല.

ഉരുണ്ട മസിലുകളുടെ വിയർത്ത മുഴപ്പുകൾ സൂര്യപ്രകാശത്തിൽ തിളങ്ങുന്നുണ്ടായിരുന്നു. "ഹോയ്... ഹോയ്..." എന്ന് ഒച്ചയുണ്ടാക്കുന്നുണ്ട്.

പല്ലക്കിൽനിന്നും രാജകുമാരൻ ഇറങ്ങി മണ്ഡപത്തിലേക്ക് നടന്നു കയറി. സ്വർണപ്രഭയുള്ള വസ്ത്രങ്ങളാണ് ധരിച്ചിരിക്കുന്നത്. പിറകെ മന്ത്രിമാരും ഗ്രാമമുഖ്യനും പ്രഭുക്കളും പരിവാരങ്ങളുമുണ്ട്.

–കിരീടംവെക്കൽ ചടങ്ങിന് രാജഗുരു എത്തിയിരുന്നില്ല.

അസുഖമാണത്രെ!

രാജകുമാരൻ സദസിനെ വണങ്ങി. പ്രജകൾ സന്തോഷച്ചിരിയോടെ ആർപ്പുവിളിച്ചു.

രാജകുടുംബത്തെ പ്രകീർത്തിച്ചുകൊണ്ടുള്ള "കീർത്തനകവിത" ചൊല്ലിക്കൊണ്ടായിരുന്നു ചടങ്ങ് ആരംഭിച്ചത്. ദൈവം പടച്ചുതന്ന പൊന്നോമനപുത്രനാണെന്ന് കൊട്ടാരം കവി പാടി. പിന്നെ പ്രസംഗിച്ചത് ദിവാനാണ്. കൊട്ടാരം കവി പറഞ്ഞത് ശരിയാണെന്നും ഇക്കാര്യം സ്വപ്നത്തിൽ വെളിപാടുണ്ടായെന്നും ദിവാൻ പറഞ്ഞപ്പോൾ എല്ലാവരും രാജകുമാരന് നേരെ കൈകൾ കൂപ്പി.

പൗരമുഖ്യനാണ് സത്യപ്രതിജ്ഞാ വാചകങ്ങൾ ചൊല്ലിക്കൊടുത്തത്.

കുടുംബത്തിനെപ്പോലെ, നാടിനെ സംരക്ഷിക്കുമെന്നും, ദേശത്തിലെ മാതാപിതാക്കളെ സ്വന്തം മാതാപിതാക്കളായി കരുതുമെന്നും, യൗവനങ്ങളെ സഹോദരീ സഹോദരന്മാരായി കാണുമെന്നും, ദേശത്തിന്റെ മക്കളെ സ്വന്തം മക്കളായി സ്വീകരിക്കുമെന്നും, നാടിനെ സ്നേഹിക്കുകയും ആദരിക്കുകയും ബഹുമാനിക്കുകയും ചെയ്യുമെന്നും, പ്രജകളുടെ ക്ഷേമ ഐശ്വര്യമാണ് എന്റെ ഐശ്വര്യമെന്നും, എന്നെ നിങ്ങൾക്കായി സമർപ്പിക്കുമെന്നും പ്രതിജ്ഞയെടുത്തു.

രാജകുമാരന്റെ തലയിൽ കിരീടം ചാർത്തിക്കൊടുത്തത് ദേശമുഖ്യനാണ്. ചെങ്കോല് നൽകിയത് പ്രമാണിയാണ്.

കിരീടംവെക്കൽ ചടങ്ങ് കഴിഞ്ഞപ്പോൾ പ്രജകൾ ആരവം മുഴക്കുകയും കതിനവെടി പൊട്ടിക്കുകയും ചെയ്തു. പടക്കത്തിന്റെ വെളുത്ത പുക ആകാശത്തിലേക്ക് പടർന്നു.

ഭൂമിയിലെ ഓരോ മൺതരിയും രാജകുമാരന്റെ പ്രതിജ്ഞകേട്ട് കോരിത്തരിച്ചു. പുതിയ ആകാശവും പുതിയ ഭൂമിയും സ്വപ്നം കണ്ടു. സ്വപ്നം കണ്ടവരുടെ കണ്ണുകളിൽ സ്വർണമഴ പെയ്തു. രാജകുമാരന്റെ ഉയിരിനുവേണ്ടി ഉള്ളുരുകി പ്രാർഥിച്ചു.

അപ്പോൾ ആകാശത്ത് നിന്ന് മഴ പെയ്യുകയും ഭൂമി തണുക്കുകയും ചെയ്തു. രാജാവിനെപ്പോലെയല്ല രാജകുമാരനെന്ന് ദേശക്കാർ അന്യോന്യം പറയുകയുണ്ടായി.

കിരീടംവെക്കൽ ചടങ്ങിന് വിദേശരാജാക്കന്മാരെയൊക്കെ ക്ഷണിച്ചിരുന്നു. അവരൊക്കെ വന്നിരുന്നു. രാജകീയമായി സ്വീകരിച്ച് ഇരുത്തി. കൊട്ടാരം സുന്ദരികൾ വിദേശരാജാക്കന്മാർക്ക് വെറ്റിലയും പനിനീരും

നൽകുകയുണ്ടായി. അങ്ങനെ നൽകുകയെന്നത് ദേശത്തിന്റെ ആചാര മാണ്. വിദേശരാജാക്കന്മാരൊക്കെ വിലപിടിച്ച ഉപഹാരം നൽകിയിരുന്നു.

അങ്ങനെ രാജാവും പരിവാരങ്ങളും മന്ത്രിമാരും ഉദ്യോഗസ്ഥരും പ്രഭുക്കളും ദേശകാരണവരും ഗ്രാമമുഖ്യനും മൂത്തപട്ടാളക്കാരനും കൊട്ടാ രത്തിലേക്ക് പുറപ്പെട്ടു. രാജാവ് താമസിച്ച കൊട്ടാരത്തിലല്ല, രാജകുമാ രൻ താമസിക്കുക. പുതിയ കൊട്ടാരത്തിലാണ്. സത്യപ്രതിജ്ഞക്ക് മുമ്പ് തന്നെ പുതിയ കൊട്ടാരവും ആധുനിക സൗകര്യങ്ങളുമൊക്കെ ഒരുക്കി കഴിഞ്ഞിരുന്നു.

അങ്ങനെ കൊട്ടാരം നിർമിക്കുകയെന്നത് ദേശത്തിന്റെ ആചാരമാണ്. എത്ര രാജാക്കന്മാർ ദേശത്തെ ഭരിച്ചുവെന്നത് മനസിലാക്കാൻ കൊട്ടാര ങ്ങൾ എണ്ണിയാൽ മതിയാകും.

രാജാവിന്റെ ഇരുഭാഗത്തും ഭടന്മാരുണ്ട്. ചുറ്റുപാടും ആയുധമേന്തിയ ഭടന്മാരുണ്ട്. പട്ടാളവണ്ടികളുണ്ട്. നിറയെ ആയുധങ്ങളുണ്ട്.

കതിനവെടിയുടെയും ആർപ്പുവിളികളുടെയും ഇടയിലൂടെയാണ് കൊട്ടാരത്തിലേക്ക് പ്രവേശിച്ചത്. ദർബാർഹാളിൽ കയറി. ദേശത്തിന്റെ രാജാവായതിന്റെ നടപടിയിൽ ഒപ്പുവെച്ചു. എല്ലാവർക്കും ഹസ്തദാനം നൽകി.

സിംഹാസനത്തിൽ ഇരുന്നു. സിംഹാസനത്തിന്റെ ഇരുവശവും ഉരുണ്ട് നീണ്ട തലയണകൾ. രാജവേഷം ധരിച്ച "ഭീമാകാരൻ" ചാമരം വീ ശുന്നു. അപ്പുറത്ത് രാജകീയ വാഹനങ്ങൾ കാണാം. വിദേശത്തുനിന്നും ഇറക്കുമതി ചെയ്തതാണ്. രാജചിഹ്നങ്ങളോടെയുള്ള പട്ടുവസ്ത്രങ്ങൾ ചുറ്റിയ ആനകളും കുതിരകളുമുണ്ട്. ആനകളൊക്കെ സ്വർണ നെറ്റിപ്പട്ടം കെട്ടിയിട്ടുണ്ട്. രാജാവിന്റെ മഹിമകൾ പറഞ്ഞുകൊണ്ട് ആസ്ഥാനകവി കൾ കവിതകൾ ആലപിക്കുന്നു. "കൊട്ടാരം വറോലക്കാർ" എഴുത്താണി മുറുക്കെപ്പിടിച്ച് രംഗങ്ങളെല്ലാം സവിസ്തരം കുറിച്ചെടുക്കുന്നു. നാളത്തെ വറോലയിൽ രാജാവിന്റെ മുഴുനീളൻ ചിത്രവും കുടുംബത്തെക്കുറിച്ചും ചങ്ങാതിമാരെക്കുറിച്ചും പഠനത്തെക്കുറിച്ചും ആയുധ പരിശീലനത്തെ ക്കുറിച്ചും ഓടിക്കളിച്ച മൈതാനത്തെക്കുറിച്ചും തൂറിയ കക്കൂസിനെ ക്കുറിച്ചും 'കഥ'കളുണ്ടാകും. ദേശം സ്വർഗമാക്കുമെന്ന രാജാവിന്റെ വെളി പാട് പറയും.

വന്നവർക്കൊക്കെ കൊട്ടാരംവക വിഭവ സമൃദ്ധമായ ഭക്ഷണം സൗജന്യമായി ഊട്ടുപുരയിൽ ഒരുക്കിയിരുന്നു. എല്ലാവരും വയറ് നിറയെ കഴിച്ചു. വയറ് നിറഞ്ഞ അവർ:

"മഹാരാജാവ് ജയിക്കട്ടെ..."

"മഹാരാജാവ് നീണാൾ വാഴട്ടെ..."

അലറി വിളിച്ചു പറഞ്ഞു.

അതുകേട്ട് രാജാവ് ചിരിച്ചു.

8

ആഗോളജീവിതം

അവസാനത്തെ അതിഥിയെയും രാജകീയമായി യാത്ര അയച്ച ശേഷം ഉറക്ക വാതിൽ തുറന്ന് അകത്തേക്ക് കയറിയ രാജാവിന്റെ കണ്ണുകൾ മുറിയിലാകമാനം ഇഴയാൻ തുടങ്ങി. ആരെയും അത്ഭുതപ്പെടുത്തുന്നതും സുഖിപ്പിക്കുന്നതുമായ രീതിയിലാണ് മുറി അലങ്കരിച്ചിരിക്കുന്നത്. ഓടി നടന്ന് ഓരോരോ കാര്യങ്ങൾ തൊട്ടുനോക്കി,

"കണ്ടിട്ടും കണ്ടിട്ടും മതി വരുന്നില്ലല്ലോ..."

വിയർപ്പുനാറിയ രാജകീയ ഉടയാടകൾ വലിച്ചെറിഞ്ഞശേഷം കുളിമുറിയിലേക്ക് കയറി.

കുളിമുറിയുടെ കൊളുത്ത് വലിച്ചപ്പോൾ ചുമരിൽ ഒളിച്ചിരിക്കുന്ന കുളിവെള്ളം കുളിപ്പിക്കുവാൻ തുടങ്ങി. ശരീരത്തിലൂടെ ഒഴുകുന്ന കുളിവെള്ളം കുലുങ്ങിച്ചിരിച്ചു. പനിനീർപ്പൊടി ശരീരത്തിൽ ഉരച്ചു. ആർത്തിയുണ്ടാക്കുന്ന വാസന.

"വ്.. വാഹ്..."

നഗ്നതയിലൂടെ പത ഒലിച്ചിറങ്ങുകയാണ്.

തലയ്ക്ക് മുകളിൽ മഴ പെയ്യുകയാണ്.

മഴ കൊണ്ടു. മനസിൽ കുളിരുണ്ടായി. ശരീരവും മനസും തണുക്കുന്നുണ്ട്. തണുത്ത് തണുത്ത് വിറച്ചു.

രാജാവ് വിറയ്ക്കുന്നത് കണ്ടപ്പോൾ മഴക്ക് പേടിയായി.

"ന്റെ ദൈവമേ... വിറയ്ക്കുന്നുണ്ടല്ലോ..."

തലയിൽ കൈവെച്ച് മഴ നിലവിളിച്ചു.

രാജാവിനെ മഴ ചേർത്തുപിടിച്ചു. വിറ അടങ്ങുന്നില്ലല്ലോ.

കാറ്റിനെ മഴ വിളിച്ചു. രാജാവ് വിറയ്ക്കുന്ന കാര്യം പറഞ്ഞു. മഴയെ കാറ്റൂതി. മഴ കെട്ടു. മഴ നേർത്തുനേർത്ത് ഇല്ലാതായി.

അപ്പോൾ ഉണർവുണ്ടായി.

ചുമരിന്റെ ഇരുവശങ്ങളിൽനിന്നും മുകളിൽനിന്നും താഴെനിന്നും ചെറുചൂടുവെള്ളം മഴയായ് പെയ്തു. ചുടുമഴ. രാജാവിനെ ചുടുമഴ ചേർത്തുപിടിച്ചു ചോദിച്ചു.

"സുഖൂണ്ടോ?"

"സുഖൂണ്ട്"

തലയനക്കിക്കൊണ്ട് തുടർന്നു:

"മനസിന്റെ വേവലാതികളൊക്കെ ഇല്ലാതായതുപോലെ."

മഴക്ക് സന്തോഷമായി.

"മതിയ്യോ."

രാജാവ് തലയനക്കി.

ചോർന്ന് ചോർന്ന് മഴ ഇല്ലാതായി.

ചെറിയ ഇടവേളകൾക്കുശേഷമാണ് ചുറ്റുപാടുകളിൽനിന്ന് ഇളംകാറ്റ് ഇറങ്ങിവന്നത്. കാറ്റ് പൊതിഞ്ഞു. ഉടലിൽ പറ്റിപ്പിടിച്ചിരിക്കുന്ന കുളിവെള്ളം ചുംബിച്ചെടുത്ത് ഇക്കിളിയാക്കി. രാജാവ് ചിരിച്ചു. ചിരികണ്ട് കാറ്റും മഴയും സന്തോഷിച്ചു.

മഴയും കാറ്റും ചേർത്ത് പിടിച്ച് ഉറക്കമുറിയിലേക്ക് കൊണ്ടുപോയി.

ഉറക്കറവേഷം ധരിച്ച് കട്ടിലിൽ നീണ്ടുകിടന്നു. മഴയും കാറ്റും താരാട്ട് പാടുന്നുണ്ട്. ഉറക്കത്തിന്റെ ഏണിപ്പടികൾ തെളിയുന്നുണ്ട്. കണ്ണുകൾ മെല്ലെയടഞ്ഞു. ഉറക്കത്തിന്റെ ഏണിപ്പടികൾ ഓരോന്നായി ഇറങ്ങുവാൻ തുടങ്ങി. ചുറ്റുപാടുകൾ ഇരുട്ടിന്റേതാണ്. മെല്ലെ മെല്ലെയാണ് ഇറക്കം. അവസാന പടിയിലെത്തിച്ചേർന്നപ്പോൾ ഉറക്കമുണ്ടായി. കൂർക്കം വലിച്ചുകൊണ്ടുള്ള ഉറക്കമായിരുന്നു അത്. കാലം മറന്നുകൊണ്ടുള്ള ഉറക്കം.

ഓരോ ഉറക്കവും മരണത്തിലേക്കുള്ള തീർഥയാത്രയാണ്.

അപ്പോഴാണ് രാജാവിന്റെ തലയിൽ സ്വപ്നം കൂടുകെട്ടിയത്. സ്വപ്നലോകത്തിലൂടെ രാജാവ് സഞ്ചരിക്കുകയാണ്. മുന്നിൽ വലിയ ഭൂമി കിടക്കുകയാണ്. മോഹിപ്പിക്കുന്ന ഭൂമി... സൗഭാഗ്യങ്ങളുടെ ഭൂമി. ആ ഭൂമിയിലൂടെയാണ് രാജാവ് സ്വപ്നയാത്ര നടത്തുന്നത്. ലോകം സ്വന്തമാക്കണമെന്ന് രാജാവിന് മോഹമുണ്ടായി.

അതാ–

രാജാവിന്റെ ശരീരത്തിനെ സ്വപ്നം പൊതിഞ്ഞു. സ്വപ്നം കഥപറഞ്ഞുകൊടുത്തു. ഏഴുലോകവും കീഴടക്കിയ വീരന്റെ കഥ. തിളങ്ങുന്ന വാളെടുത്ത് നെഞ്ചിൽ ചേർത്തുവെച്ചു. വീരനെപ്പോലെ വെളുത്ത കുതിരപ്പുറത്ത് കയറി. ആകാശത്തിന്റെയും ഭൂമിയുടെയും ഇടയിലൂടെ വെളുത്ത കുതിര പറക്കുകയാണ്. കുളമ്പടിവീണ ഇടമൊക്കെ കീഴടക്കി. ആകാശത്തിലൂടെയും ഭൂമിയിലൂടെയും പറന്ന് വെട്ടിവീഴ്ത്തി. ചോരയൊഴുകുന്ന വാൾ അതിർത്തിയടയാളമാക്കി നാട്ടി. ലോകം പേടിച്ചു വിറച്ചു. വിറയലോടെ രാജാവിന്റെ പേരു പറഞ്ഞു. പേടി സ്വപ്നമായി. കാൽക്കീഴിൽ കിരീടം വെച്ച് പലരും കീഴടങ്ങി. ഭരിക്കുന്നവന്റെ വേദപുസ്തകം സ്വപ്നം നൽകി. അതിലെ അധ്യായ

ങ്ങൾ മുന്നിൽ മറിഞ്ഞുവീണു. കാണാപാഠം പഠിച്ചു. ഉരുവിട്ടു.

അങ്ങിനെ കുതിരപ്പുറത്തൂടെ പറക്കുമ്പോഴാണ് ഉറക്കത്തിൽ നിന്നും ആരോ തൊട്ടുവിളിക്കുന്നതായി അറിഞ്ഞത്. കണ്ണുകൾ തുറന്ന് ചുറ്റുപാടും നോക്കി.

ആരാണ് നട്ടപ്പാതിരാക്ക് വിളിച്ചത്.

രാജവിളക്ക് കത്തിച്ചു. അരിച്ചിറങ്ങിയ മഞ്ഞവെളിച്ചത്തിലൂടെ നോക്കിയപ്പോൾ ഒന്നും തെളിഞ്ഞുകണ്ടില്ല.

കട്ടിലിൽനിന്നും എഴുന്നേറ്റു.

വെളുത്തുരുണ്ട തുടകൾ വെളുക്കനെ കാട്ടി, വാ പിളർത്തി ഉറങ്ങുകയാണ് പട്ടമഹിഷി. അവളുടെ ഉറക്കം ഒരുവട്ടം നോക്കി. ഉറങ്ങുന്നവന്റെ മുഖം നോക്കിയാൽ മനസ്സ് വായിക്കാനാകും.

പട്ടമഹിഷിയെ ഉണർത്താതെ, ഒച്ചയുമനക്കവുമുണ്ടാക്കാതെ ഉറക്കകട്ടിലിൽനിന്നും ഇറങ്ങി. വാതിൽ തുറന്ന് പുറത്തേക്കിറങ്ങി.

ഇടനാഴി ഇരുട്ടിന്റേതാണ്. കൊട്ടാരം ഉറക്കത്തിലാണ്. പകലിലെ ക്ഷീണമായിരിക്കും. കിരീടം വെക്കൽ ചടങ്ങിന്റെ ക്ഷീണം. എന്തൊരു ഉത്സവമായിരുന്നു. എല്ലാ ഉത്സവവും ചിരിയിലൂടെ തുടങ്ങി ആഹ്ലാദത്തിലൂടെ അവസാനിക്കുന്നു.

നടന്നുനടന്ന് എത്തിച്ചേർന്നത് ഏണിയുടെ അരികിലാണ്. ഇരപിടിച്ച പാമ്പിനെപ്പോലെ വളഞ്ഞുപുളഞ്ഞു കിടക്കുന്ന ഏണിപ്പടികൾ ഓരോന്നായി ചവിട്ടിക്കയറി. മട്ടുപ്പാവിൽ എത്തിച്ചേർന്നു.

മട്ടുപ്പാവിന്റെ ഉയരത്തിൽനിന്ന് നോക്കിയാൽ ദേശം മുഴുവൻ കാണാം. അങ്ങനെയാണ് അതിന്റെ കിടപ്പ്. ചുറ്റുപാടും ഭടന്മാരുടെ കാവലുണ്ട്. അതിർത്തി നോക്കി നിന്നാൽ അഹങ്കാരമുണ്ടാകും. മണ്ണിന്റെ അധിപതിയെന്ന് മനസ്സ് പറയുമ്പോൾ മനസിനകത്തെ ആന ചിന്നം വിളിക്കുന്നു.

മട്ടുപ്പാവിന്റെ കൽവരികൾ പിടിച്ച് ആകാശത്തിലേക്ക് നോക്കി. ആകാശത്തിലെ ദ്വാരങ്ങളിൽനിന്നും നക്ഷത്രക്കുഞ്ഞുങ്ങൾ തല പുറത്തേക്കിട്ട് ഭൂമിയിലെ വിശേഷങ്ങൾ നോക്കുകയാണ്. അപ്പോഴാണ് പാരീസ് രാജാവ് സമ്മാനിച്ച വീഞ്ഞുകുപ്പികളെക്കുറിച്ച് ഓർമ വന്നത്. രാത്രി തന്നെ വീഞ്ഞിന്റെ സുഖം അറിയണമെന്ന് ചെറുചിരിയോടെ രാജാവ് ചെവിയിൽ സ്വകാര്യം പറഞ്ഞിരുന്നു.

അലമാര തുറന്ന് വീഞ്ഞ് കുപ്പികളിലൊരെണ്ണം എടുത്തു. വീഞ്ഞുകുപ്പിയുടെ രൂപം നഗ്നമാക്കപ്പെട്ട പെൺകുട്ടിയുടേതാണ്.

വെളിവാക്കപ്പെട്ട പെൺകുട്ടിയുടെ ചുകന്ന ഉടലിലൂടെ കൈവിരലുകൾ ഇഴയാൻ തുടങ്ങി. ഓരോ അണുവും ഒപ്പിയെടുത്ത് മെല്ലെ മെല്ലെയായിരുന്നു ഇഴക്കം. തലമുടികൾക്കിടയിലൂടെ ഇഴഞ്ഞ്, ചുണ്ടുകളിൽ വിരൽ തങ്ങിനിന്നു. കഴുത്തിലൂടെ ഇഴഞ്ഞ്, നെഞ്ചിലെ മണിമുത്തുകൾ തൊട്ടറിഞ്ഞ് താഴോട്ടേക്ക് താഴോട്ടേക്ക് ഇറങ്ങുകയാണ്.

ആകാശത്തിൽനിന്നും ഭൂമിയിലേക്ക്... ഉച്ചിയിൽനിന്ന് അടിവേരിലേക്ക്....

അന്നേരം ശരീരം ചൂട് പിടിക്കാൻ തുടങ്ങി. ചെറുചൂട് ശരീരത്തിലൂടെ

പടർന്ന്, നേരിയ വിറയലുണ്ടായി. പെൺകുട്ടിയുടെ ചുകന്നു തുടുത്ത ചുണ്ടുകൾക്കിടയിൽ ചുണ്ടുകൾ കോർത്ത് വെച്ച് വീഞ്ഞ് മൊത്തിക്കുടിക്കാൻ തുടങ്ങി. പെൺകുട്ടിയുടെ വയറ് കാലിയായപ്പോൾ വേറൊരു പെൺകുട്ടിയുടെ കഴുത്ത് പിടിച്ചു.

എത്ര കുപ്പികളാണ് തീർത്തതെന്നറിയില്ല. ചുറ്റുപാടും നഗ്നമാക്കപ്പെട്ട പെൺകുട്ടികളുടെ തണുത്ത ഉടലുകൾ ചെരിഞ്ഞും മറിഞ്ഞും കമിഴ്ന്നും കിടക്കുകയാണ്. തളർന്നുറങ്ങുന്ന പെൺകുട്ടികളെനോക്കി ഉറക്കെ ചിരിച്ചു. ചിരി നിൽക്കുന്നേയില്ല. അവസാനം ചിരിച്ച് തളർന്ന് മട്ടുപ്പാവിന്റെ ഒരു മൂലക്ക് മലർന്നു കിടന്ന് ആകാശം നോക്കി.

ആകാശം സുന്ദരമാണ്.

ആകാശം കടലാണ്. കടലിനകത്തെ പിടയ്ക്കുന്ന മീനുകളാണ് പറവകൾ. കാക്കകൾ കരിമീനും. വാൽമീനുകൾ വാൽനക്ഷത്രവുമാകാം. തിരകളാണ് കാർമേഘം. വിമാനങ്ങൾ കപ്പലുകളാണ്.

കൽവരികൾ പിടിച്ച് എഴുന്നേറ്റു. തല ഉറയ്ക്കുന്നില്ല. കാലുകൾ ആടിക്കളിക്കുന്നുണ്ട്. ഭൂമി ചുറ്റുകയാണ്. ചുറ്റുപാടും അനക്കമില്ല. മരിച്ചവന്റെ വീടുപോലെയാണ് രാത്രി. പകൽ തെളിയുമ്പോൾ ജീവിതവും തെളിയുന്നു.

കാവൽപ്പുരയിലെ മുനിഞ്ഞുകത്തുന്ന വെളിച്ചം കാണാം. കാവൽഭടന്മാരുടെ നടത്തയൊച്ചകൾ കേൾക്കാം.

മട്ടുപ്പാവിന്റെ മുകളിൽ കയറി നിന്ന് ചുമലുകൾ ചൊറിയാൻ തുടങ്ങി. ചൊറിച്ചിൽ നിൽക്കുന്നേയില്ല. ജാസ്തിയാവുകയാണ്. നഖങ്ങൾകൊണ്ട് മാന്തിപ്പറിച്ചു. ചോരപൊട്ടി. അന്നേരമാണ് എന്തോ തടഞ്ഞതായി തോന്നിയത്. മെല്ലെ തടവിനോക്കി. തല ചെരിച്ചുനോക്കി. അപ്പോഴാണ് ചുമലിൽ ചിറകുകൾ മുളച്ചത് കണ്ടത്. തലോടിയപ്പോൾ കറുത്ത ചിറകുകൾ വളർന്നു. വളർന്നുവളർന്ന് വലിയ വിസ്താരമുണ്ടായി. അതൊരു വിശറിയായി. ചിറകുകൾക്കുള്ളിൽ വെളുത്ത വട്ട നാണയങ്ങൾ കണ്ടു. ചിറകുകളുടെ അരികുകൾക്ക് സ്വർണനിറമായിരുന്നു.

സന്തോഷം അടക്കാനായില്ല. ഉറക്കെ ചിരിച്ചു. ചിരിച്ചുചിരിച്ച് കുടൽ വേദനിച്ചു. ചിരിയുടെ അലയൊച്ച ഭ്രാന്തുപോലെ വളർന്നപ്പോഴാണ് ബോധോദയമുണ്ടായത്.

ആരെങ്കിലും കേട്ടിരിക്കുമോ...?

കേട്ടാൽ!

രാജാവിന് ഭ്രാന്ത് പിടിച്ചെന്ന് പറയും. ചങ്ങലക്കണ്ണികൾക്കിടയിൽ ശരീരം കോർത്തുപിടിച്ച് ഇരുട്ടറയിൽ തള്ളും. ഇരുമ്പുവാതിൽ ചേർത്തടയ്ക്കും. എപ്പോഴെങ്കിലും ഭക്ഷണം കിട്ടിയാലായി. നിലത്തായിരിക്കും കിടത്തം. കരിങ്കല്ലായിരിക്കും തലയണ. ആരും കൂട്ടിനുണ്ടാകില്ല. ആരും കാണാതെ, ആരും അറിയാതെ, മണ്ണിൽ തലകുത്തിവീണ് ഒരുദിവസം മരിക്കും. ഈച്ചകൾ പൊതിയും. നാറിയാലും ആരും തിരിഞ്ഞുനോക്കില്ല. പായയിൽ ചുരുട്ടിക്കെട്ടി അനാഥന്റെ ശവംപോലെ അടുക്കളക്കാർ മറവ് ചെയ്യും. കിരീടവും ചെങ്കോലും സിംഹാസനവുമില്ലാത്തവന്റെ മരണത്തിന് ഖേദിക്കാ

നാരുമുണ്ടാകില്ല. ആചാരവെടി മുഴങ്ങില്ല. അനുശോചനക്കുറിപ്പ് എഴുതില്ല. മരണത്തിനും വിഭജനമുണ്ട്. രാജാവിന്റെയും പ്രജയുടെയും മരണം രണ്ടു തരമാണല്ലോ. ദൈവം മനുഷ്യനെ സൃഷ്ടിക്കുന്നു. അവൻ ഭൂമിയിൽ വേഷം മാറുന്നു. ഓരോ വേഷക്കാർക്കും ഓരോ സ്ഥാനം... വിഭജനങ്ങളുടെ ഭൂമി.

മട്ടുപ്പാവിന്റെ മുകളിൽ നീണ്ടുനിവർന്നു നിന്നു. ചുമലുകളിൽ വളർന്ന ചിറകുകളെ തലോടി.

ഇനി,

ആകാശത്തിലൂടെ പറക്കാം.

മരങ്ങളുടെ പച്ചപ്പ് തൊട്ടറിഞ്ഞ്, മലർന്നും ചെരിഞ്ഞും കമിഴ്ന്നും, തലകുത്തി നിൽക്കുന്ന ആകാശക്കൊട്ടാരങ്ങളോട് വർത്തമാനങ്ങൾ പറയാം. പറവകളോട് മത്സരിച്ച്, ഭൂമിയിലെ സ്വകാര്യതകൾ ഒളിഞ്ഞുനോക്കാം. ഇനിയുള്ള യാത്രകൾ ആരും അറിയില്ല. ആരും കാണില്ല.

ചുറ്റുപാടും നോക്കി.

വഴിയിടങ്ങളിൽ ഒരനക്കവും കേൾക്കുന്നില്ല.

നടുനിവർത്തിവെച്ച്, കൈകാലുകൾ ചുരുട്ടിവെച്ച്, ചിറകുകൾ ഒന്നു കുടഞ്ഞ്, ആഞ്ഞുവീശിയപ്പോൾ നിലത്തുനിന്നും മെല്ലെ മെല്ലെ ഉയരുവാൻ തുടങ്ങി. ചെവികളിൽ തണുത്ത കാറ്റടിക്കുന്നു.

രാജാവ് പറക്കുകയാണ്.

ഒരേ വിതാനത്തിലായിരുന്നു പറന്നത്. പിന്നെ മുകളിൽനിന്നും താഴ്ന്ന് പറന്നു. പുഴയുടെയും കടലിന്റെയും മുകളിലൂടെ പറന്നു. ഭൂമിയിലെ കാഴ്ചകൾ കണ്ട്, ആകാശം തൊട്ടറിഞ്ഞ് പറക്കുമ്പോഴാണ് സ്വർണനഗരത്തിന്റെ തിളക്കം കണ്ണിൽപ്പെട്ടത്. കണ്ണുകൾ മഞ്ഞളിച്ചുപോയി. നോക്കിയിട്ട് മതിവരുന്നില്ല. സ്വർണനഗരത്തിന്റെ അരികിലേക്ക് പറന്നു.

തണുത്ത കാറ്റ് ശരീരത്തിലടിക്കുന്നു. കാറ്റിനും സുഗന്ധം. സിരകളിലേക്ക്, ഞരമ്പുകളിലേക്ക് തുളച്ചു കയറുകയാണ്.

അത്ര വിസ്മയമാണീ കാഴ്ച. അത്ഭുതപ്പെടുത്തുന്നതും അവിശ്വസനീയമായതും...

സ്വർഗനഗരത്തിന്റെ മണ്ണിലേക്ക് താഴ്ന്നിറങ്ങി. മണ്ണ് തൊട്ടപ്പോൾ ഉന്മേഷം തുളച്ചുകയറി. ചിറകുകൾ ചുരുട്ടി കക്ഷത്തിൽ വെച്ചു.

അതൊരു പൂന്തോട്ടമായിരുന്നു. ലോകത്തിൽ വിരിയുന്ന എല്ലാ തരത്തിലുള്ള പൂവുകളും അവിടെയുണ്ടായിരുന്നു. പൂവുകൾ തല ഉയർത്തി രാജാവിനോട് ചിരിച്ചു. മുന്നിൽ കണ്ട പൂവിനെ തലോടി.

“സുഖം തന്നെയല്ലേ രാജാവേ...” പൂവ് ചോദിക്കുകയാണ്.

അത്ഭുത കണ്ണുകളോടെ പൂവിനെ നോക്കി. രാജാവിന്റെ സംശയമെന്താണെന്ന് പൂവിന് മനസിലായി. പൂവ് പറഞ്ഞു:

“ഇത് സ്വർഗസ്ഥലി. തൂണും തുരുമ്പും കടലും കാറ്റും മഴയും ഇടിയും മിന്നലും കെട്ടിടങ്ങളും വൃക്ഷങ്ങളും മൃഗങ്ങളും സംസാരിക്കുന്നയിടം.”

അങ്ങനെ നടന്നുനടന്ന് രണ്ടാം കവാടത്തിന്റെ മുന്നിൽ എത്തിച്ചേർന്നു. വൃത്തിയും വെടിപ്പുമുള്ള സ്ഥലമായിരുന്നു അത്. ഒരൊറ്റ മനുഷ്യനെ കാണാനില്ല. കാവൽക്കാരനേയും...

കവാടത്തിന്റെ വാതിൽ തൊട്ടപ്പോൾ മനസിനെ കീഴ്പ്പെടുത്തുന്ന സംഗീതമുണ്ടായി. സംഗീതത്തിന്റെ ലഹരിയിൽ ആഴ്ന്നിറങ്ങുമ്പോഴാണ് വാതിൽ തുറക്കപ്പെട്ടത്.

അകത്തേക്ക് കയറി.

ജീവിതത്തിൽ ഇതുവരെ അനുഭവിക്കാത്ത ലഹരി ശരീരത്തിലാകമാനം പൂത്തു. ശരീരമാകെ വിറച്ചു. കുളിർമ. കണ്ണുകൾ മിന്നിത്തെളിഞ്ഞപ്പോഴാണ് ചുറ്റുപാടുകൾ നോക്കിയത്. പച്ച പൂത്ത ഇടം. മഞ്ഞപ്പൂമ്പാറ്റകൾ നൃത്തം ചെയ്യുന്നു. പച്ചയിടത്തിലൂടെ നടന്നപ്പോൾ ഇളംകാറ്റ് തലോടി.

കൊച്ചുകിളികൾ പാട്ടുപാടുകയാണ്.

ദൈവമേ, ഇതേത് ലോകം...

ഇതാരുടെ ലോകം...

അങ്ങിനെ നടന്നുനടന്ന് എത്തിച്ചേർന്നത് വെള്ളച്ചാട്ടത്തിനു മുന്നിലാണ്. കിളികളുടെ പാട്ടിനൊത്ത് വെള്ളച്ചാട്ടം നൃത്തം ചെയ്യുന്നതും നോക്കി എത്ര സമയം നിന്നതെന്നറിയില്ല. ദൂരെ കുളം കണ്ടു. അങ്ങോട്ടേക്ക് നടന്നു. കാലുകൾ നീട്ടിവെച്ച് കുളപ്പടിയിൽ ഇരുന്നു.

അപ്പോൾ,

അങ്ങുദൂരെ, ആകാശച്ചെരുവിൽനിന്ന് സുന്ദരി ഇറങ്ങിവരുന്നത് കണ്ടു. സുന്ദരിക്ക് ചുറ്റും ചെറുകാറ്റിന്റെ തലോടലുകളുണ്ടായിരുന്നു. മുടിയിഴകൾ പറക്കുന്നുണ്ട്. സുന്ദരിയുടെ തിളക്കത്തിലേക്ക് കണ്ണുകൾ ആഴ്ത്തിവെച്ച് ലോകവും ഭൂമിയും കാലവും മറന്ന് അങ്ങനെ ഇരുന്നു.

രാജാവിന്റെ മുന്നിൽ സുന്ദരി കുത്തനെ നിന്നു. ആർത്തിയുടെ കണ്ണുകൾ സുന്ദരിയുടെ ശരീരത്തിലൂടെ ഇഴഞ്ഞപ്പോൾ മനസിനകത്ത് വെപ്രാളമുണ്ടായി. കണ്ണുകൾ തിളങ്ങി. ഇത്ര സുന്ദരിയായ പെണ്ണിനെ ഇതുവരെ കണ്ടിട്ടിട്ടില്ല. സുന്ദരിയും ഉറ്റുനോക്കുന്നുണ്ട്. കൊത്തിപ്പറിക്കുന്ന നോട്ടം.

“സ്വർഗസ്ഥലിയിലേക്ക് സ്വാഗതം രാജാവേ...”

ഇരുകൈകളും രാജാവിന്റെ നേരെ നീട്ടി രാജകുമാരി പറഞ്ഞു.

സ്വർഗസ്ഥലി എന്ന രാജ്യത്തെ അറിയാം. സ്വർഗസ്ഥലിയിലാണ് എത്തിയതെന്നറിഞ്ഞപ്പോൾ രാജാവിന് സന്തോഷമുണ്ടായി. കേട്ടിട്ടുണ്ട്. ആഗ്രഹിച്ചിട്ടുണ്ട്.

രാജാവിന്റെ ശ്വാസത്തിന്റെ അരികിൽ ശരീരം ചേർത്ത് വെച്ച് കുളപ്പടിയിൽ രാജകുമാരി ഇരുന്നു. രാജാവിന്റെ കൈ ഉള്ളം കൈയിലിട്ട് തലോടിക്കൊണ്ട് ചോദിച്ചു:

“കൂടെ കുളിക്കുന്നോ?”

തലയനക്കിക്കൊണ്ട് ഇല്ലായെന്ന് പറഞ്ഞു.

കുളപ്പടികൾ ഓരോന്നായി സ്വർഗ്ഗസ്ഥലി രാജകുമാരി ഇറങ്ങി.

അവസാനപ്പടിയിൽ ഇരുന്ന് കുളത്തിലേക്ക് കാലുകൾ നീട്ടി വെച്ചു. വെള്ളത്തിൽ കാലിട്ടടിച്ചു. തല ചെരിച്ച് രാജാവിനെ നോക്കി ഇടയ്ക്കിടെ ചിരിക്കുന്നുണ്ട്. തണുത്ത കാറ്റ് രാജാവിനെ പൊതിഞ്ഞു.

കുളപ്പടിയിൽനിന്നും എഴുന്നേറ്റ് രാജാവിന് അഭിമുഖമായി നിന്ന് മുടിക്കെട്ടഴിച്ചു. മുടികൾക്കിടയിൽ പതുങ്ങിക്കിടക്കുന്ന മുല്ലപ്പൂമണം ചുറ്റുപാടും പടർന്നു. ആഞ്ഞു ശ്വസിച്ചു. രാജാവിന്റെ ശരീരത്തിന് ചൂടുപിടിച്ചു. മുടികൾക്കിടയിലൂടെ വിരലുകൾ പായിച്ച് മുടികോതി വൃത്തിയാക്കിവെച്ചു. ഇടയ്ക്കിടെ ഒളികണ്ണോടെ നോക്കുന്നുണ്ട്.

നേരിയ ചിരിയോടെ മേൽക്കുപ്പായം അഴിച്ചു. രാജാവിന്റെ കണ്ണുകൾ രാജകുമാരിയുടെ ദേഹത്തിലൂടെ ശ്വാസം അടക്കിപ്പിടിച്ച് ഇഴയാൻ തുടങ്ങി. സിരകൾക്ക് തീ പിടിച്ചു. ശ്വാസഗതി കൂടി. രാജാവ് കിതക്കുന്നുണ്ട്. ശരീരത്തിലെവിടെയോ ഉമിനീര് പൊടിഞ്ഞു.

രാജാവിന്റെ വെപ്രാളം കണ്ടപ്പോൾ രാജകുമാരി കുലുങ്ങിച്ചിരിച്ചു.

ചുണ്ടുകൾ കടിച്ച് ചുകപ്പിച്ചു.

പൊടുന്നനെ അടിയുടുപ്പുകൾ അഴിച്ച് രാജാവിന്റെ മുഖത്തേക്ക് വലിച്ചെറിഞ്ഞു. രാജകുമാരി നഗ്നയായി, കുളത്തിലേക്ക് ചാടി. കമിഴ്ന്നും മലർന്നും ചെരിഞ്ഞും നീന്താൻ തുടങ്ങി. വെള്ളത്തിലൂടെ തെളിഞ്ഞു മറിയുന്ന ഉടലിന്റെ തിളക്കം നോക്കി ഇരുന്നു. വായിൽ വെള്ളം നിറച്ച് ചിരിയോടെ ചീറ്റി. കുളത്തിന്റെ ആഴത്തിലേക്ക് പൊടുന്നനെ മുങ്ങി. വെള്ളത്തിലാണ്ടുപോയ രാജകുമാരിയെ തലതിരിച്ചും മറിച്ചും രാജാവ് പരതി നടന്നു.

കുറെ സമയം കഴിഞ്ഞിട്ടും കുളത്തിലേക്ക് അലിഞ്ഞുപോയ രാജകുമാരി ഉയർന്ന് വരാത്തതിനാൽ പേടിയായി.

രാജകുമാരീ.... എന്റെ രാജകുമാരീയെന്ന് വിളിച്ച് കുളത്തിന് ചുറ്റും പരക്കം പാഞ്ഞു. ആഴത്തിലേക്ക് എത്തിനോക്കി.

ധൃതിയിൽ കുളപ്പടികൾ ഇറങ്ങുമ്പോഴാണ് വെള്ളം അനങ്ങുന്നത് കണ്ടത്. ചുഴികൾക്കിടയിലൂടെ കുലുങ്ങിച്ചിരിയോടെ രാജകുമാരി വളർന്നു പൊങ്ങി.

"വാ..."

സ്നേഹത്തിന്റെ കൈവിരലുകൾ ക്ഷണിച്ചു.

രാജാവ് മുഖം വീർപ്പിച്ചു.

കുളപ്പടികൾ ചവിട്ടിക്കയറി, രാജാവിന്റെ മുന്നിൽ, തോരുന്ന വെള്ളത്തോടെ രാജകുമാരി ചോദിച്ചു:

"പേടിച്ചു പോയോ..."

"ങ്ഹ."

രാജകുമാരിയുടെ ശരീരത്തിൽ പറ്റിപ്പിടച്ച കുളിവെള്ളം രാജാവ് തോർത്തിക്കൊടുത്തു. രാജാവിന്റെ നെറ്റിയിൽ രാജകുമാരി ചുംബിച്ചു. അപ്പോൾ രാജാവിന്റെ ശരീരത്തിലാകമാനം വിറ പെരുത്തുകയറി. മുഖം ചുകന്നു. ശരീരം വെപ്രാളം കൊണ്ടു. രാജകുമാരി ചക്രവാള വസ്ത്രങ്ങൾ ധരിച്ചു.

രാജാവിന്റെ ചെവിയിൽ ചുണ്ടുകൾ കോർത്തുവെച്ച് സീൽക്കാരത്തിന്റെ ഒച്ചയോടെ പറഞ്ഞു:

"പറയൂ രാജാവേ... വിശേഷങ്ങള്..."

രാജാവിന്റെ കഴുത്തിൽ ചുംബിച്ചു. വരിഞ്ഞുമുറുക്കി നിലത്ത്

മലർത്തിക്കിടത്തി മുകളിൽ കയറി കിടന്നു കെട്ടിപ്പിടിച്ചു. എന്നിട്ട് ചുണ്ടുകളിൽ, കഴുത്തിൽ, നെഞ്ചിലെ രോമപ്പടർപ്പുകളിൽ, പിന്നെ ഊടുവഴികളിലൂടെ രാജകുമാരിയുടെ ചുട്ടുപഴുത്ത ചുണ്ടുകൾ ഇഴഞ്ഞിറങ്ങുവാൻ തുടങ്ങി. രാജാവ് പുളകംകൊണ്ടു. പൊക്കിൾചുഴിയുടെ ആഴത്തിലേക്ക് രാജകുമാരി മുഖം ആഴ്ത്തിവെച്ചപ്പോൾ പുതിയ ലോകം കാണുകയാണ്. കിരീടവും ചെങ്കോലും സിംഹാസനവും മറന്നു. പട്ടമഹിഷിയെ മറന്നു. പ്രജകളെയും മറന്നു. കാലം മറന്നു. ലോകം മറന്നു. ഭരണം മറന്നു.

ചുട്ടുപൊള്ളുന്ന പാമ്പിനെപ്പോലെ വളഞ്ഞുപുളഞ്ഞു കളിക്കുന്ന രാജകുമാരിയുടെമേൽ രാജാവ് പടർന്ന് കയറാൻ തുടങ്ങി. ആർത്തിപിടിച്ച കൈകൾ പലയിടങ്ങളിലായി പരതി നടന്നു. മാന്തിപ്പറിച്ചു. ഇരുവരുടെയും കിതക്കുന്ന ഒച്ച ഭൂമിയിൽ മുഴങ്ങി. വേഗതയോടെ രാജാവ് ഉണർന്നു.

രാജാവിന്റെ കുട ഉയർന്നുപൊങ്ങി.

വിയർപ്പിന്റെ വേനൽമഴ പെയ്തു. ശരീരങ്ങൾ ചുട്ടുപൊള്ളി. വെന്തു. വില്ലുകൾ പോലെ വളഞ്ഞു. അന്യോന്യം ശരീരംകൊണ്ട് ആക്രമിക്കുകയായിരുന്നു. ഉയരുന്ന ദേഹത്തിലൂടെ ശീൽക്കാരം. ശ്വാസം വലികൾ. വെപ്രാളം. അവർ സ്വയം മറന്നു. കാഴ്ചകൾ അലിഞ്ഞു. ആർത്തി പിടിച്ച പരക്കം പായലുകൾ.

അവസാനം... ഇരുവരും തളർന്നു. ഒറ്റ ശരീരമായി ഒട്ടിക്കിടന്നു.

"എങ്ങിനെയുണ്ട് ഭരണം."

രാജകുമാരി ചോദിച്ചപ്പോൾ മറുപടിയൊന്നും പറഞ്ഞില്ല.

"എന്തേ, ഒന്നും പറയാത്തത്?"

"കിരീടവും ചെങ്കോലും കിട്ടിയപ്പോൾ ലോകം കീഴടക്കിയെന്നാണ് വിചാരിച്ചത്.

"പക്ഷേ..."

"ബാക്കി പറയെന്റെ രാജാവേ..."

രാജകുമാരി പ്രോത്സാഹിപ്പിച്ചു.

"ഖജനാവ് കാലിയാണ്."

രാജാവിന്റെ പറച്ചിൽ കേട്ടപ്പോൾ രാജകുമാരി ചിരിച്ചു. ചിരി അടങ്ങുന്നേയില്ല.

"ന്നെ.... കളിയാക്കുകയാ..."

"ങ്ഹ. രാജാവിന്റെ പറച്ചില് കേട്ടാൽ ചിരിക്കാത്തവരും ചിരിച്ചുപോകും. കിരീടവും സിംഹാസനവും ചെങ്കോലും കിട്ടിയാൽപ്പിന്നെ വിളവെടുക്കാൻ എളുപ്പമാണെന്നറിയില്ലേ."

"എങ്ങനെ?"

വരിഞ്ഞുമുറുക്കി കെട്ടിപ്പിടിച്ച് രാജാവിനെ നിലത്ത് മലർത്തിക്കിടത്തി. രാജാവിന്റെ ചെവിയിൽ ചുണ്ടുകൾ കോർത്ത് വെച്ച് ഇനി ചെയ്യേണ്ട കാര്യങ്ങൾ സ്വർഗസ്ഥലി രാജകുമാരി പറയുവാൻ തുടങ്ങി. രാജാവ് എല്ലാം സ്വീകരിച്ചു.

–അങ്ങനെയാണ് സ്വർഗസ്ഥലി രാജകുമാരിയുമായി ദേശത്തിലെ രാജാവ് " ഗോള കരാർ" ഉടമ്പടിയിൽ ആദ്യമായി ഒപ്പുവെച്ചത്.

9

പുതിയ ഭൂമി

സ്വർഗസ്ഥലിയിൽനിന്നും തിരിച്ചുവന്നത് പല നിറത്തിലുള്ള സ്വപ്നങ്ങളുമായിട്ടായിരുന്നു. ഓരോ സ്വപ്നവും ഓരോ കഥ പറഞ്ഞു കൊടുത്തു. ഭൂമിയിൽ ഇതുവരെ കാണാത്ത സൗഭാഗ്യങ്ങളുടെ കഥകളാണ് സ്വപ്നങ്ങൾ പറഞ്ഞുകൊടുത്തത്. ഒരു സ്വപ്നം പറഞ്ഞത് സ്വർണമരത്തെക്കുറിച്ചായിരുന്നു.

മരത്തിൽ നിറയെ സ്വർണകായകളാണ്. പറിച്ചെടുത്തയിടത്തൊക്കെ വീണ്ടുംവീണ്ടും മഞ്ഞ കായകൾ മുളച്ചുപൊന്തുകയാണ്. പറിച്ചെടുത്ത കായകൾ തൂക്കിവിറ്റു. കായകൾ വിറ്റുകിട്ടുന്ന പണംകൊണ്ട് ഖജനാവ് നിറഞ്ഞു. സ്വപ്നം പറഞ്ഞ കഥ കേട്ടപ്പോൾ സ്വർഗസ്ഥലിയെ കാണാനുള്ള പൂതി മനസിലുണ്ടായി.

വേഗത്തിൽ ഏണിപ്പടികൾ കയറി മട്ടുപ്പാവിൽ എത്തിച്ചേർന്നു. ചുമലുകൾ ചൊറിയുന്നത് കണ്ടപ്പോൾ രാജകുമാരിയുടെ ഒച്ച അങ്ങ് ദൂരെ നിന്നും കേട്ടു.

"കരാർ പൂർത്തിയാക്കിയ ശേഷമാണ് ഇനിയുള്ള കൂടിച്ചേരലെന്ന് പറഞ്ഞതല്ലേ?"

രാജാവ് തലതാഴ്ത്തി. "കാണാനുള്ള പൂതി അടങ്ങുന്നില്ല അതുകൊണ്ടാ."

"നോക്കൂ...." രാജാവിന്റെ ശ്രദ്ധ ക്ഷണിച്ചുകൊണ്ട് രാജകുമാരി തുടർന്നു.

"സ്വർഗസ്ഥലിയുമായി സന്ധിയിലേർപ്പെടാൻ കൊതിക്കുന്ന അനേകം ദേശങ്ങളുണ്ട് ഭൂമിയിൽ. ഇഷ്ടപ്പെട്ടവരുമായിട്ട് മാത്രമേ കരാറുണ്ടാകൂ. ഞങ്ങളുടെ കാലടയാളവും വിരലടയാളവും പതിയാത്ത ദേശങ്ങളില്ല. ലോകം എന്ത് ചിന്തിക്കണമെന്നും ആര് ഭരിക്കണമെന്നും തീരുമാനിക്കുന്നത് സ്വർഗസ്ഥലിയാണ്. രാജാക്കന്മാരുടെയും തലവരയുണ്ടാ

ക്കുന്നതുപോലും ഞങ്ങളാണ്. കരാർ പൂർത്തിയാക്കിയാൽ ഇതുവരെ അനുഭവിക്കാത്ത സുഖങ്ങൾ തരും. അന്ന് നമുക്ക് ഉറക്കമുണ്ടാകില്ല. ഉറങ്ങാത്ത കണ്ണുകളോടെ, നമ്മൾ അലിഞ്ഞുചേരും. ആ ദിവസത്തിന്റെ സൗഭാഗ്യത്തിൽ എത്തണമെങ്കിൽ വേഗത്തിൽ കരാർ പൂർത്തിയാക്കണം..”

ചുണ്ടുകൾ കടിച്ചു ചുകപ്പിച്ച് സീൽക്കാരമുണ്ടാക്കി രാജകുമാരി പറഞ്ഞത് തലയനക്കി കേട്ടു.

അതിരാവിലെതന്നെ ധൃതിയിൽ മന്ത്രിസഭയുടെ അടിയന്തിര യോഗം വിളിച്ചു.

രഹസ്യമായിട്ടായിരുന്നു യോഗം.

ആഭ്യന്തരമന്ത്രി. മൂത്ത പട്ടാളക്കാരൻ. ആശ്രിതപ്രഭു. മൂന്ന് പേർ മാത്രം. ബാക്കിയുള്ളവരൊക്കെ എപ്പോഴാണ് കാലുവാരുകയെന്ന് പറയാനാവില്ല. എല്ലാവർക്കും പകയും അസൂയയുമാണ്. ആയിരം കണ്ണുകളും ആയിരം ചെവികളും വേണം. എങ്കിലേ പിറകിലെ കുറുക്കന്മാരെ കാണാൻ കഴിയൂ. രാജഗുരു പറഞ്ഞ കാര്യങ്ങളൊക്കെ ശരിയായി വരുന്നുണ്ട്.

എല്ലാവരുടെയും നോട്ടം സിംഹാസനത്തിലേക്കാണ്. മരിക്കുന്നതിന് മുമ്പ് ഒരേ ഒരു ദിവസം ഇരുന്നാൽ മതിയെന്നാണ് പലരും പറയുന്നത്. അതെ, അധികാരം വല്ലാത്ത ലഹരിയാണ്. ഇരുന്നാൽ പിന്നെ ഇറങ്ങാൻ തോന്നില്ല.

സ്വർഗസ്ഥലി പറഞ്ഞ കാര്യങ്ങളൊക്കെ മൂന്ന് പേരോടും പറഞ്ഞു. വിശദീകരിച്ച് കൊടുത്തപ്പോൾ എല്ലാവർക്കും സന്തോഷമുണ്ടായി.

“മുറ്റത്തൊരു സ്വർണമരം!
- സ്വർണമരത്തിൽ നിറയെ മഞ്ഞ കായകൾ!
- പറിച്ചാൽ മുളയ്ക്കുന്ന കായ!
- പറിച്ചുവിറ്റ പണം കൊണ്ട്
- ഖജനാവ് നിറഞ്ഞു കവിയും...”

ഈണത്തിലാണ് രാജാവ് ചൊല്ലിയത്. ഇക്കാര്യം മറ്റാരോടും പറയരുതെന്നും, അന്യദേശക്കാരൊക്കെ സ്വർഗസ്ഥലിയുമായിട്ട് കരാറിന് കാത്തിരിക്കുകയാണെന്നുള്ള കാര്യവും പറഞ്ഞു.

ഇതൊരു സ്വകാര്യ കച്ചവടമാണെന്ന കാര്യം എല്ലാവരും ഓർക്കണം.

അവർ തലയനക്കി സമ്മതിച്ചു.

രാജാവിന് സന്തോഷമുണ്ടായി. അവർ ഒന്നിച്ച് രാജപ്രാർഥന നടത്തി. രാജഗീതം ആലപിച്ചു.

കരാർ നടപ്പിലാക്കാനുള്ള ചുമതല മൂത്ത പട്ടാളക്കാരനെയാണ് ഏൽപ്പിച്ചത്. കാര്യങ്ങളൊക്കെ വിശദീകരിച്ചു കൊടുത്തു. അങ്ങനെ മൂത്ത പട്ടാളക്കാരൻ കുതിരപ്പുറത്ത് കയറി. കുതിര പറക്കുവാൻ തുടങ്ങി. കുതിരയോട്ടത്തിന്റെ കുളമ്പടിയൊച്ച കേട്ടവരൊക്കെ ഓടിയൊളിച്ചു. കിളിവാതിലുകൾ ചേർത്തടച്ചു. മുറ്റത്ത് കളിക്കുന്ന കുഞ്ഞുങ്ങളെ വാരിപ്പിടിച്ച് അകത്തേക്ക് കയറ്റി വാതിലടച്ചു. പെൺകുട്ടികൾ ഇരുട്ടിലൊളിച്ചു. മൂത്തപട്ടാളക്കാരന്റെ കയ്യിലെ വാൾ ചുറ്റുപാടും വീശുന്നുണ്ട്. അലറിവിളിക്കുന്നുണ്ട്.

മൂത്ത പട്ടാളക്കാരന്റെ കണ്ണിൽപ്പെട്ടാൽ തലയുണ്ടാകില്ല. തല മണ്ണിലിട്ട് ഉരുട്ടുകയാണ് പതിവ്.

"കൊന്നുകളയും എല്ലാറ്റിനേയും."

വാൾ ഉയർത്തിപ്പിടിച്ച് മൂത്തപട്ടാളക്കാരൻ അലറുകയാണ്.

കുതിര, പെരുവഴിയിലൂടെ, പുഴയോരത്തിലൂടെ, അങ്ങാടിയിലൂടെ, ഗ്രാമാന്തർഭാഗങ്ങളിലൂടെ, പറക്കുകയാണ്. ഒരിടത്ത്, കുതിര നിന്നു.

കച്ചവടക്കാരും നാട്ടുകാരും ഉപേക്ഷിച്ച അങ്ങാടിയായിരുന്നു അത്. കുറച്ചുമുമ്പ് അറബികളും സേട്ടുമ്മാരും അങ്ങാടിയിൽനിന്നും വിലപേശി മലഞ്ചരക്കുകൾ വാങ്ങുമായിരുന്നു. അത്ര തിരക്കായിരുന്നു. അങ്ങാടിക്കിളികളുടെ ഒച്ചകളും മൂരിവണ്ടിക്കിതപ്പും ചുമട്ടുകാരുടെ ഓട്ടവും നിറഞ്ഞ അങ്ങാടി ഇപ്പോൾ മരിച്ചവീടുപോലെയായി. വേറൊരു ദിക്കിൽ തുറമുഖം തുറക്കപ്പെട്ടതാണ് കാരണം.

അറബികളും സേട്ടുമാരും അങ്ങോട്ടേക്ക് നീങ്ങി. കച്ചവടക്കാരും കൂടെ പുറപ്പെട്ടു. നാട്ടുകാർ പുരകൾ ഒഴിഞ്ഞു. അങ്ങാടി ഒറ്റപ്പെട്ടു. അവസാനം നിരപ്പലകകൾ ദ്രവിച്ചു. പാഴ്ക്കാടുകൾ പീടികകളിൽ മുളച്ചു. പെരുച്ചാഴികൾ കൂടുകെട്ടി.

അങ്ങനെയാണ്,

മാലിന്യങ്ങൾ തള്ളുന്ന ഇടമായി അങ്ങാടി മാറിയത്. മാലിന്യ വണ്ടികൾനിര നിരയായി വന്നു. കാക്കകളും പരുന്തുകളും നായ്ക്കളും കാവൽ നിന്നു.

വീപ്പയുടെ അരികിലേക്ക് തെരുവ് ചെക്കൻ നടക്കുന്നത് മൂത്ത പട്ടാളക്കാരൻ നോക്കിനിന്നു. വീപ്പയുടെ അകത്തേക്ക് അവൻ ഇറങ്ങി. ഭക്ഷ്യ അവശിഷ്ടങ്ങൾക്കിടയിലൂടെ അവന്റെ കൈവിരലുകൾ പരതി നടന്നു. ഒളിഞ്ഞു കിടക്കുന്ന വറ്റുകളെ പിടക്കുന്ന മീനുകളെപ്പോലെ മുറുക്കെപ്പിടിച്ച് വായിലിട്ട് വിഴുങ്ങി.

ചുറ്റുപാടുകളിൽനിന്നും നായ്ക്കൾ കുരയ്ക്കുന്നുണ്ട്. കാക്കകളും പരുന്തുകളും വട്ടമിട്ട് പറക്കുന്നുണ്ട്.

എല്ലിൻ കഷണമെടുത്ത് നായ്ക്കളുടെ നേരെ ചെക്കൻ എറിഞ്ഞു. ഏറുകൊണ്ട നായ കരഞ്ഞു.

"വാടാ..."

ചെക്കന്റെ കഴുത്ത് പിടിച്ചുയർത്തി പുറത്തേക്കിട്ട് മൂത്ത പട്ടാളക്കാരൻ മുരണ്ടു. ചെക്കൻ കുപ്പായമൊന്നും ധരിച്ചിരുന്നില്ല. ശരീരത്തിലെ ഭൂപടം കാണാം. അരയിൽ മുഷിഞ്ഞ തുണിക്കഷണം വാരിച്ചുറ്റിയിട്ടുണ്ട്.

"വാ..."

കുതിരവണ്ടിയുടെ അരികിലേക്ക് മൂത്തപട്ടാളക്കാരൻ നടന്നു.

ഒളികണ്ണോടെ ചെക്കൻ മൂത്ത പട്ടാളക്കാരനെ നോക്കി.

–ഇതെന്ത് വേഷം!

പച്ചച്ചാക്കുകൊണ്ട് ശരീരം പൊതിഞ്ഞിട്ടുണ്ട്. ചായം പൂശിയ പിരിയൻ കയറുകൾ ഇരുതോളുകളിലും ചുറ്റിയിട്ടുണ്ട്. നെഞ്ചിൽ മിന്നുന്ന വളപ്പൊട്ടുകൾ. തലയിൽ കമിഴ്ത്തിവെച്ച ചട്ടിക്ക് മുകളിൽ വാടിയ ഉണ്ടപ്പൂവ്.

കാലുകളിൽ ചാണകം പൂശിയ ചെരിപ്പുട്ട്, ഉണ്ടവയർ വീഴാതിരിക്കുവാൻ വീതികൂടിയ വയർകെട്ട്.

ചെക്കൻ ചിരിച്ചു.

"എവിടെയാ.... പെര?"

"തന്തയും തള്ളയും..." മൂത്തപട്ടാളക്കാരന്റെ ചോദ്യത്തിന് ഉത്തരം പറയാനാവാതെ ചെക്കൻ തല താഴ്ത്തി.

കുതിരവണ്ടിയുടെ പിറകിലേക്ക് ചെക്കനെ എറിഞ്ഞു. കുതിര പറക്കുവാൻ തുടങ്ങി. പറക്കുന്ന കൂട്ടിൽനിന്നും പിറകിലോട്ട് പായുന്ന പുരകളെയും ഏറുമാടങ്ങളെയും മനുഷ്യന്മാരെയും നെൽവയലുകളെയും എടുപ്പുകളെയും ഇടവഴികളെയും കാടുകളെയും പശുക്കളെയും കണ്ടു....

രാജപാതയാണ് മുന്നിൽ...

പാതക്ക് ഇരുവശവും നീണ്ട പൂന്തോട്ടമുണ്ട്. കാവൽക്കാരനുണ്ട്. കൊട്ടാരത്തിന്റെ പിറകിലെ അടുക്കളപ്പുരയുടെ അടച്ചിട്ട ഒറ്റവാതിലിന്റെ മുന്നിലാണ് കുതിരവണ്ടി നിന്നത്. മൂത്ത പട്ടാളക്കാരൻ ഇറങ്ങി. പിറകെ ചെക്കനും.

വാതിൽപ്പടിയിൽ തൂക്കിയിട്ടിരിക്കുന്ന 'വലിയമണി' അടിച്ചപ്പോൾ അടുക്കള വാതിൽ തുറന്ന് കൊച്ചുപെണ്ണ് തല പുറത്തേക്കിട്ടു.

"ഈ ചെക്കനെ കുളിപ്പിച്ച് വെടിപ്പാക്ക്."

അടുക്കളക്കാരിയുടെ ഭാഷയിൽ മൂത്ത പട്ടാളക്കാരൻ പറഞ്ഞു.

കൊച്ചുപെണ്ണിന്റെ കാലടികൾക്ക് പിറകെ ചെക്കൻ നടന്നു. കലവറക്ക് അപ്പുറത്താണ് അടുക്കള. കലവറയിൽ നിറയെ ഭക്ഷ്യവസ്തുക്കളാണ്. ഭക്ഷ്യവസ്തുക്കളുടെ തടവറയെയാണ് കലവറ എന്നുപറയുന്നത്.

കലവറയുടെ അരികിലൂടെ നടന്ന് അടുക്കളപ്പുരയുടെ പിറകിൽ എത്തിച്ചേർന്നു. അടുക്കള ആയുധപ്പുരയാണ്. അവിടെ കത്തിയും അരിവാളും വടിവാളും ഉലക്കയും കുന്തവുമുണ്ട്. അടുക്കളക്കാരികൾ യോദ്ധാക്കളാണ്. കലവറയിൽനിന്നും കഴുത്തുപിടിച്ച് കൊണ്ടുവന്ന ഭക്ഷ്യവകകൾ മേശപ്പുറത്ത് കിടത്തി, വടിവാളും കത്തിയുംകൊണ്ട് മുറിച്ചെടുത്ത് വറച്ചട്ടിയിലിട്ട് പൊരിക്കുകയും വറുക്കുകയും പുഴുങ്ങുകയും ചെയ്യുന്നു.

കത്തിയേറിന്റെ നിലവിളിയാണ് ഓരോ അടുക്കളയിൽനിന്നും കേൾക്കുന്നത്.

അടുക്കളക്കാരികൾ ചിത്രകാരികളാണ്.

അടുക്കളപ്പുരയുടെ അരികിലൂടെ നടന്ന് എത്തിച്ചേർന്നത് കുളിപ്പുരയിലേക്കാണ്. കുളിപ്പുരയിലെ ഒതുക്കുകല്ലിന്റെ മുകളിൽ ചെക്കനെ ഇരുത്തി. കിണറ്റിൽനിന്നും വെള്ളം കോരി ചെക്കന്റെ ദേഹത്ത് ഒഴിക്കുവാൻ തുടങ്ങി. എത്ര തൊട്ടി വെള്ളം ഒഴിച്ചിട്ടും 'കാടമണം' പോകുന്നില്ല.

–പോത്തിനെ കുളിപ്പിക്കുന്നതാ ഇതിലും ഭേദം.

കൊച്ചുപെണ്ണ് പിറുപിറുത്തു.

അങ്ങനെ വിചാരിച്ചപ്പോൾ കൊച്ചുപെണ്ണിന് ചിരിവന്നു. വന്ന ചിരി

അടക്കിപ്പിടിച്ചു. ചിരിക്കരുത്. അടുക്കളക്കാരികൾ ചിരിക്കരുത്. ശൗര്യവും അഹങ്കാരവും ചോർന്ന് പോകും. പക അലിഞ്ഞുതീരും. അടുക്കളയിൽ തമാശയുണ്ടാകാറില്ല. കളിചിരിയില്ല. തോറ്റുപോയ ഇരകളെ പുഴുങ്ങുകയും പൊരിച്ചെടുക്കുകയും ചെയ്യുകയെന്നതാണ് അടുക്കളയുടെ നിയോഗം.

ചാരത്തിൽ കുതിർത്ത ചകിരികൊണ്ട് ചെക്കന്റെ പുറത്ത് കൊച്ചുപെണ്ണ് ഉരച്ചു. ചേറുകൾ പതയ്ക്കുകയാണ്. കറുത്ത ചളി കൊച്ചുപെണ്ണിന്റെ കൈപ്പത്തിയിലൂടെ ഒഴുകുകയാണ്. വെള്ളം കോരിയൊഴിച്ചു. ശക്തിയോടെ ഉരച്ചപ്പോൾ ചെക്കന് വേദനിച്ചു. ചെക്കൻ നിലവിളിച്ചു. പുറം ചുകന്നിട്ടുണ്ട്.

"വേദനിക്ക്ന്ന്."

കൊച്ചുപെണ്ണ് മിണ്ടിയില്ല.

"ഹെന്തിനാ... കുളിപ്പിക്കുന്നത്."

അലിവിന്റെ കണ്ണുകളോടെ ചെക്കൻ ചോദിച്ചു.

"ഹെന്തിനാണെന്ന്.... പറ..."

തല ചെരിച്ച് വീണ്ടും ചോദിച്ചപ്പോൾ കൊച്ചുപെണ്ണിന്റെ മനസിൽ അലിവുണ്ടായി.

കണ്ണിറുക്കി, ഒച്ചതാഴ്ത്തി, ചുറ്റുപാടും നോക്കി, ആരും കേൾക്കില്ലായെന്ന് ഉറപ്പുവരുത്തി കൊച്ചുപെണ്ണ് പറഞ്ഞു.

"നിന്റെ മംഗലത്തിന്."

ചെക്കന് നാണം വന്നു.

"...ന്നാ... നിന്നെ കെട്ടട്ടെ."

കൊച്ചുപെണ്ണിന് ചിരി അടക്കാൻ കഴിഞ്ഞില്ല. ചെക്കന്റെ കണ്ണുകളിൽ വിരിഞ്ഞ നക്ഷത്രങ്ങളെ കണ്ടപ്പോൾ സ്ഥലകാലബോധം മറന്ന് ചിരിച്ചുപോയി.

"കെട്ടാൻ വന്ന ചരക്ക്."

ഇരുവരും കണ്ണുകൾ കോർത്തുവെച്ച് സ്വപ്നം കാണുവാൻ തുടങ്ങി. സങ്കടത്തിന്റെയും വേദനയുടെയും ചോരപ്പാടത്തിലൂടെ ഒന്നിച്ച് കൈപിടിച്ച് നടന്നു. സങ്കടക്കണ്ണീർ ചുണ്ടുകൾ ഒപ്പിയെടുത്തു. അവർ ജീവിതത്തിന്റെ കനലെരിയുന്ന കഥകൾ പറഞ്ഞ് സങ്കടപ്പെട്ടു.

കൊച്ചുപെണ്ണിന്റെ നെറ്റിയിൽ അവൻ ചുംബിച്ചു.

അന്നേരം,

രാജഗീതത്തിന്റെ അകമ്പടിയോടെ ഇരച്ചു കയറി വന്ന ഭടൻ കൊച്ചുപെണ്ണിനെ പിടിച്ചോണ്ട് പോയി. എലിയെപ്പിടിച്ച പൂച്ചയുടെ മുഖമായിരുന്നു ഭടന്റേതെന്ന് ചെക്കന് തോന്നി. കൊച്ചുപെണ്ണിന്റെ തല മണ്ണിലേക്ക് താഴ്ന്നു കിടക്കുകയായിരുന്നു.

അവനെ കൊച്ചുപെണ്ണ് ഉറ്റുനോക്കുന്നുണ്ട്.

– ഒറ്റക്കാഴ്ചയിലൂടെ,

അവസാനമായി,

ബോധത്തിന്റെ, സ്നേഹത്തിന്റെ, അലിവോടെ.

10

തപാൽക്കാരണവർ

മുഖക്കണ്ണാടിയുടെ അകത്ത് നിൽക്കുന്ന പയ്യനോട് അലിവോടെ ചെക്കൻ ചിരിച്ചപ്പോൾ പയ്യനും ചിരിച്ചു. ഒളിഞ്ഞുനോട്ടക്കാരനെ ചെക്കന് ഇഷ്ടമായി. നല്ല ഓമനത്തമുള്ള മുഖം. എവിടെയോ കണ്ട് പരിചയമുള്ളതുപോലെ. കൈക്കുമ്പിളിലെടുത്ത് മുഖം തലോടുവാൻ കൊതി തോന്നി. കൈ നീട്ടിയപ്പോൾ മുഖക്കണ്ണാടി തടഞ്ഞു. മുഖക്കണ്ണാടിയോട് ചെക്കന് ദേഷ്യമുണ്ടായി. മുഖം കോട്ടി മുഖക്കണ്ണാടിയെ കളിയാക്കിയപ്പോൾ പയ്യനും കളിയാക്കുന്നത് കണ്ടു. അങ്ങനെ ഇരുവരും കണ്ണുകളിൽ നോക്കിച്ചിരിച്ച് സന്തോഷിക്കുമ്പോഴാണ് കണ്ണാടിയുടെ അകത്തുനിന്നും മൂത്ത പട്ടാളക്കാരൻ ഇറങ്ങിവന്നത്.

"വാടാ..."

കൈപിടിച്ചു വലിച്ചുകൊണ്ട് മൂത്ത പട്ടാളക്കാരൻ മുരണ്ടു.

മുഖക്കണ്ണാടിയിലേക്ക് തിരിഞ്ഞ് നോക്കിയപ്പോൾ പയ്യൻ എവിടെയോ ഒളിച്ചു കഴിഞ്ഞിരുന്നു.

പേടിച്ചിട്ടാകാം.

തേച്ചുവൃത്തിയാക്കിയ കൊട്ടാരവേഷം ചെക്കന് മൂത്തപട്ടാളക്കാരൻ നൽകി. ചെക്കൻ വേഷം ധരിച്ചു.

"വേഗം നടക്കെടാ..."

കഴുത്ത് ഞെരിച്ച് തള്ളിക്കൊണ്ട് മുരണ്ടു.

കുതിരവണ്ടിയിൽ ചെക്കൻ കയറി. അന്നേരം കുതിര പറക്കുവാൻ തുടങ്ങി. കുതിരവണ്ടി നിന്നത് തപാലാപ്പീസിന്റെ മുറ്റത്തായിരുന്നു. വൃത്തിയും വെടിപ്പുമുള്ള ഓടുമേഞ്ഞ കെട്ടിടമാണ് അത്. ചുമരുകൾക്ക് മഞ്ഞച്ചായം.

മുൻവശത്തെ വാതിൽ തുറന്ന് അകത്തേക്ക് കയറി. പരിഭ്രമത്തോടെ നിന്ന ചെക്കനെ കണ്ണുരുട്ടി പേടിപ്പിച്ച് പിറകെ നടക്കാൻ പറഞ്ഞു.

വലിയ വിസ്താരമുള്ള മുറിയായിരുന്നു അത്. കുറേ പെട്ടിക്കൂടുകൾ നിരനിരയായി വെച്ചിട്ടുണ്ട്. ചാക്കിൽനിന്നും കത്തുകൾ എടുത്ത് മേശപ്പുറത്ത് വലിച്ചിട്ട്, ഓരോന്നായി തരം തിരിച്ച് പെട്ടിക്കൂടിലേക്ക് എറിയുന്നുണ്ട്. അപ്പുറത്ത് അച്ച് കുത്തുന്നുണ്ട്. വലിയ പങ്ക കറങ്ങുന്നുണ്ട്. നിരനിരയായി അഞ്ചാറ് മേശകൾ കാണാം. മേശപ്പുറത്ത് കടലാസ്കെട്ടുകൾ. അപ്പുറത്തിരിക്കുന്നവർ എന്തൊക്കെയോ കടലാസിൽ കുറിക്കുന്നുണ്ട്.

മരപ്പലകകൾ കൊണ്ട് അലങ്കരിച്ച ആപ്പീസ് മുറിയിലേക്ക് അവർ കയറി. തപാൽക്കാരണവരുടേതാണീ മുറി. ചുമരിൽ ചായം പൂശിയിട്ടുണ്ട്. ചുകന്ന മേശവിരി. മേശയുടെ അറ്റത്ത് കടലാസുകെട്ടുകൾ. നിലത്ത് മൺകൂജ.

രാജമാതാവിന്റെയും രാജപിതാവിന്റെയും രേഖാചിത്രങ്ങൾ തൂക്കിയിട്ടുണ്ട്.

രാജമാതാവിനെ ചെക്കൻ നോക്കി. സാരികൊണ്ട് തല മറച്ച, മെലിഞ്ഞ് വെളുത്ത രൂപം. ചെക്കൻ അവരെ നോക്കി ചിരിച്ചപ്പോൾ ചുമരിൽനിന്നും ഇറങ്ങിവന്ന രാജമാതാവ് ചെക്കന്റെ തലയിൽ തടവി.

"സുഖം തന്നെയല്ലേ മോനേ..."

അന്ധാളിപ്പോടെ അവരെ നോക്കി.

"എന്റെ കാലം കഴിഞ്ഞു ചുമരിൽ തൂങ്ങിക്കിടക്കുന്ന കാഴ്ചക്കാരിയുമായി" ദീർഘനിശ്വാസമിട്ടു. അവർ രണ്ടുപേരും അന്യോന്യം നോക്കി നിന്നു.

ഞാൻ പോകട്ടെ മോനെ... ആരെങ്കിലും കണ്ടാൽ അതുമതി."

ചെക്കൻ തലയനക്കി.

ചുമരിലേക്ക് രാജമാതാവ് നടന്നുപോയി. ചുമരിലൂടെ ഇഴഞ്ഞു കയറി രാജപിതാവിന്റെ അടുത്ത് തൂങ്ങി നിന്നു. അവർ രണ്ടുപേരും ചെക്കനെ നോക്കി പുഞ്ചിരിച്ചു. രാജപിതാവിന്റെ മുഖത്ത് വല്ലാത്ത നിഷ്കളങ്കതയുണ്ട്. കുഞ്ഞിനെപ്പോലെ ചിരിക്കുന്ന പിതാവിനെ അവന് ഇഷ്ടമായി.

രാജവിളംബര പത്രിക തപാൽക്കാരണവർക്ക് മൂത്ത പട്ടാളക്കാരൻ നൽകി. വള്ളിപുള്ളി തെറ്റാതെ വായിച്ചശേഷം തല ഉയർത്തി ചെക്കനെ നോക്കി.

"എന്തെങ്കിലും പറയാനുണ്ടോ..."

മൂത്ത പട്ടാളക്കാരൻ ചോദിച്ചപ്പോൾ ഒന്നുമില്ലായെന്ന് തലയനക്കി. തപാൽക്കാരണവരുടെ മുഖഭാവം മൂത്ത പട്ടാളക്കാരൻ നിരീക്ഷിക്കുന്നുണ്ട്. പ്രജകളുടെയും കൊട്ടാരവേഷക്കാരുടെയും മുഖത്തു വിരിയുന്നത് ഒപ്പിയെടുത്ത് രാജാവിനെ അറിയിക്കുന്ന പണികൂടി മൂത്ത പട്ടാളക്കാരനുണ്ട്.

"അറിയാലോ" മൂത്ത പട്ടാളക്കാരൻ മുരണ്ടു.

"അറിയാം." പേടിയോടെ തലയനക്കി. ധൃതിയിൽ മരക്കസേരയിൽ നിന്നും തപാൽക്കാരണവർ എഴുന്നേറ്റു.

പ്രജകൾ ചെയ്യരുതാത്തതും ചെയ്യേണ്ടതുമായ കാര്യങ്ങൾ എഴുതിയ ചുകന്ന എഴുത്തിന് കീഴെ ചെക്കനോട് നിൽക്കുവാൻ പറഞ്ഞു. എന്നിട്ട് നാവ് നീട്ടുവാൻ പറഞ്ഞു. ചെക്കൻ നാവ് നീട്ടി.

നാവ് നീട്ടി നിൽക്കുകയെന്നതാണ് ജോലിയെന്നും, രാജാവിനെ സ്നേഹിക്കുകയെന്നതാണ് പ്രജകളുടെ കടമയെന്നും, രാജജോലി കിട്ടിയതിൽ രാജാവിനെ ദിനേന സ്തുതിക്കണമെന്നും, മൂത്ത പട്ടാളക്കാരൻ ചെക്കന് ഓതിക്കൊടുത്തു.

ചെക്കൻ തലയനക്കി കേട്ടു.

അങ്ങനെ,

നാവ് നീട്ടി, പല്ലുകൾകൊണ്ട് നാവ് കടിച്ച് പിടിച്ച്, തലയനക്കാതെ ചെക്കൻ നിൽപ്പായി.

തപാൽ സമയത്തിന്റെ മണി മുട്ടി.

എല്ലാവരും എഴുന്നേറ്റ് നിന്ന് രാജപ്രാർഥന ചൊല്ലി.

രാജപ്പെട്ടിയിൽ ഉരുപ്പടികൾ ഇടുവാൻ വന്ന പ്രജകളോട് പുതിയ നിയമത്തെക്കുറിച്ച് തപാൽക്കാരണവർ വിശദീകരിച്ചു.

പ്രതിസന്ധിയിലൂടെ കടന്നു പോകുന്ന രാജ്യത്തിന്റെ വരവും ചെലവും തമ്മിൽ പൊരുത്തമുണ്ടാകാത്തതിനാൽ പരിഷ്കാരങ്ങൾ നടപ്പിലാക്കുകയാണ്. എങ്കിൽ മാത്രമേ പുരോഗതിയിലേക്കും സമ്പൽസമൃദ്ധിയിലേക്കും വഴിതുറക്കൂ.

അങ്ങനെ,

നാവ് നീട്ടിനിൽക്കുന്ന ചെക്കന്റെ ഉമിനീര് തൊട്ട്, സ്റ്റാമ്പൊട്ടിച്ച് രാജപെട്ടിയിൽ എഴുത്തുകൾ നിക്ഷേപിച്ചു.

–തെരുവിൽ ജീവിച്ച്, തെരുവിൽ ഒടുങ്ങേണ്ട ചെക്കനെ രാജകീയ ജോലി നൽകിയ രാജാവിന്റെ പ്രജാസ്നേഹത്തെക്കുറിച്ച് കൊട്ടാരം വാറോലയിൽ ആസ്ഥാന വിദൂഷകൻ "രാജമഹിമ" എഴുതുകയുണ്ടായി. ഇത് വായിച്ച് രാജാവ് പുളകംകൊണ്ടു. ആസ്ഥാന വിദൂഷകന് പട്ടും സ്വർണത്തിന്റെ കോണകവും സമ്മാനിക്കുകയുണ്ടായി.

നാവ് നീട്ടി, രാജവേഷം ധരിച്ചു നിൽക്കുന്ന ചെക്കന്റെ മുഴുനീളൻ ചിത്രമാണ് കൊട്ടാരം വാറോലയിൽ അച്ചടിച്ചു വന്നത്.

അങ്ങനെ–

കൊട്ടാരവേഷം ധരിച്ച്, രാജകീർത്തനങ്ങൾ ചൊല്ലി, ഹാജര് പുസ്തകത്തിൽ ചുണ്ടൊപ്പ് ചാർത്തി, നാവ് നീട്ടി, രാജാവിനെ സ്നേഹിച്ചുകൊണ്ടിരിക്കെ,

ഒരു ദിവസം,

എത്ര ശ്രമിച്ചിട്ടും ചെക്കന് നാവ് പുറത്തേക്ക് നീട്ടുവാൻ കഴിഞ്ഞില്ല. ചൂണ്ടൻ വിരലും, രണ്ടാം വിരലും കൂട്ടിപ്പിടിച്ച് നാവിനെ മുറുക്കെപ്പിടിച്ച് വലിച്ചിട്ടും വായ്ക്കകത്തു നിന്നും നാവ് പുറത്തേക്ക് വന്നില്ല.

കാര്യമറിഞ്ഞ് തപാൽക്കാരണവർ ഓടിവന്നു.

അദ്ദേഹവും ശ്രമിച്ചു.

രാജകൊട്ടാരത്തിൽ കാര്യമറിയിച്ചു. രാജഗീതത്തിന്റെ അകമ്പടിയോടെ കയറിവന്ന ഭടന്മാർ ചെക്കനെ വളഞ്ഞു. കരച്ചിലോടെ എല്ലാവരെയും ചെക്കൻ നോക്കി.

"നീട്ടെടാ.... നാവ്."

ഭടന്മാരിലൊരാൾ അലറി. തടിയനാണ്. വലിയ മീശക്കാരനാണ്. ചെക്കന് മുന്നിൽ മീശ വിരിച്ചു.

ചെക്കന്റെ മുഖത്ത് ആഞ്ഞടിച്ചു.

"രാജാവിനെ ധിക്കരിക്കുകയോ.... രാജ്യദ്രോഹീ."

മരത്തൂണിൽ ചെക്കനെ കെട്ടിയിട്ടു. നൂൽക്കമ്പികൊണ്ട് നാവ് വരിഞ്ഞുകെട്ടി. എല്ലാവരുംകൂടി നൂൽക്കമ്പി ആഞ്ഞുവലിച്ചപ്പോൾ വേര് പൊരിഞ്ഞ്, നാവ് നിലത്തേക്ക് വീണു. വായ്ക്കകം ചോര നിറഞ്ഞു. ചെക്കൻ ചോരയിൽ കുളിച്ചു. നിലത്തുവീണ നാവ് പിടയ്ക്കുകയാണ് മീനിനെ പോലെ.... പിടയ്ക്കുന്ന നാവിനെ ചവിട്ടിയപ്പോൾ നാവ് ഒഴിഞ്ഞുമാറി. വാളെടുത്ത് കുത്തി. അപ്പോഴും ചിരിയോടെ നാവ് വാളിന്റെ മൂർച്ചയിൽനിന്നും ഒഴിഞ്ഞുമാറി. ഭടനെ നോക്കി നാവ് ചിരിച്ചു. പിടയ്ക്കുന്ന നാവിന് ചിറകുകൾ മുളച്ചു. നാവ് പറക്കുവാൻ തുടങ്ങി. ഭടന്മാർക്ക് ചുറ്റും പറന്നു. ഭടന്മാർ വാള് വീശിയപ്പോൾ നാവ് അലറിച്ചിരിച്ചു. പറന്നുപറന്ന് ആകാശത്തിലൊളിച്ചു. ആകാശം ചോര നിറമായി.

അരയിൽ തൂങ്ങിക്കിടക്കുന്ന കത്തിയെടുത്ത് മൂത്തപട്ടാളക്കാരൻ ചെക്കന്റെ കഴുത്തിന് കുറുകെ നീട്ടിവെച്ചു. ഒന്നമർത്തി വലിച്ചു. തൊണ്ടക്കുഴൽ മുറിഞ്ഞ് ചോര തെറിച്ചു. പിളർന്ന കഴുത്ത് കറ കറ ഒച്ചയുണ്ടാക്കി. കഴുത്തില്ലാത്ത ഉടൽ പിടയ്ക്കുവാൻ തുടങ്ങി. നിലത്ത് വീണ തലക്ക് കാലുകൾ മുളച്ചു. തല നടക്കാൻ തുടങ്ങി. നടക്കുന്ന തലയെ അത്ഭുതത്തോടെ അവർ നോക്കിക്കണ്ടു. നടന്നുനടന്ന് തല കടൽക്കരയിലെത്തിച്ചേർന്നു. കടലിലേക്കിറങ്ങി. കടൽ വിഴുങ്ങി. കടലിന്റെ നിറം ചുകപ്പായി.

ഉടലിന്റെ നടുവിൽ രണ്ട് കണ്ണുകളുണ്ടായി. കണ്ണുകളിൽ കാഴ്ച മുളച്ചു. ഉടൽ ഒന്നനങ്ങി നടക്കാൻ തുടങ്ങി. നടന്നുനടന്ന് ഔട്ടിയാക്കയുടെ ഖബറിടത്തിനരികിൽ എത്തിച്ചേർന്നു. ഔട്ടിയാക്കയുടെ ചെവിയിൽ കഥ പറഞ്ഞുകൊടുത്തു. ഔട്ടിയാക്ക കഥ കേട്ടു. ആകാശത്തിലേക്ക് നോക്കി. ആകാശത്തിൽ നിന്നും ദേവതകൾ സ്നേഹത്തോടെ ചിരിച്ചു. ദൈവത്തിന്റെ വെളിപാടുകൾ ചിത്രഅടയാളത്തിൽ ദേവതകൾ വരച്ചു. ഔട്ടിയാക്ക വായിച്ചു. അന്നേരം മണ്ണടരുകൾ പിളർന്ന് കുഴിയുണ്ടായി. കുഴിയിൽ ഉടൽ നീണ്ടുകിടന്നു. ഉടലിനെ മണ്ണുമൂടി. അപ്പുറത്തുനിന്നും നടന്നുവന്ന മീസാൻ കല്ല് മണൽകൂനയ്ക്ക് മുകളിൽ നിവർന്നു നിന്നു. കാറ്റ് വിതച്ച് കൊടുങ്കാറ്റുണ്ടായി. ആകാശത്തിലൂടെ ഊർന്നിറങ്ങി വന്ന ആൽമരം വളർന്ന് ഖബറിടത്തിന് മുകളിൽ പന്തലിച്ചു തണലായി.

കാര്യം അറിഞ്ഞ് രാജഗുരു തപാൽ ആപ്പീസിലേക്ക് കയറി വന്നു.

രാജഗുരുവിനെ ആരും ശ്രദ്ധിക്കുന്നില്ലായിരുന്നു. നേരെ തപാൽ കാരണവരുടെ അടുക്കലേക്ക് നടന്നു.

"എന്താണ്?"

തപാൽക്കാരണവരുടെ ചുമൽപിടിച്ച് ചോദിച്ചു.

രാജഗുരുവിനോട് തപാൽക്കാരണവർ കഥ പറഞ്ഞുകൊടുത്തു. രാജഗുരു കേട്ടു.

അപ്പോഴാണ് പുതിയ ചെക്കനെ മൂത്ത പട്ടാളക്കാരൻ കൊണ്ടുവന്നത്.

ദേശത്തിന്റെ പാരമ്പര്യത്തിന് യോജിക്കാത്ത കാര്യങ്ങളാണ് ചെയ്യുന്നതെന്നും നാവ് നീട്ടിനിൽക്കുന്ന ചെക്കനും ഒരു മനുഷ്യനാണെന്നും, ദേശത്തിന്റെ പോക്ക് ശരിയല്ലായെന്നും രാജഗുരു പറഞ്ഞു. രാജഗുരുവിന്റെ വരവറിഞ്ഞ് തപാലാപ്പീസിന്റെ മുറ്റത്ത് ദേശക്കാർ ഒത്തുകൂടി. രാജഗുരു കീർത്തനങ്ങൾ ചൊല്ലി. ജനസമുദ്രം ഏറ്റുചൊല്ലി. ആ ഈരടിയിൽ കടലിരമ്പി. കടലിൽ കാറ്റൂതി. ദേശക്കാരോട് രാജഗുരു എത്തിയ കാര്യം കാറ്റ് പറഞ്ഞു. തപാലാപ്പീസിലേക്ക് ദേശക്കാർ വരികയാണ്.

രാജഗുരുവിന്റെ വരവിനെക്കുറിച്ച് രാജാവിനെ അറിയിച്ചത് മൂത്തപട്ടാളക്കാരനാണ്.

രാജഗുരുവിനു ചുറ്റും ദേശക്കാർ കൂടിനിന്നു. എല്ലാവരോടും നിലത്ത് ഇരിക്കുവാൻ പറഞ്ഞു. ദേശക്കാരോട് രാജാവ് ചെയ്യുന്നതും ചെയ്തുകൊണ്ടിരിക്കുന്നതുമായ കാര്യങ്ങൾ പറയുമ്പോഴാണ് വേഷം മാറിവന്ന ഒരു ഭടൻ രാജഗുരുവിന്റെ കഴുത്ത് വെട്ടിയത്.

11

തൈക്കാട്ടുപുര

തൈക്കാട്ടുപുര സജീവമാകുന്നത് ഇരുട്ടുനിറഞ്ഞ രാത്രികളിലാണ്. പകലുകളിൽ ചുരുണ്ടുറങ്ങുന്ന തൈക്കാട്ടുപുരയുടെ ഉടലിനും കൈകൾക്കും രാത്രിയാകുമ്പോൾ ജീവൻ വെക്കുന്നു. ഉത്സവപ്പുരയിലെ രാത്രിപോലെ ഒച്ചപ്പാടും ബഹളങ്ങളും കുലുങ്ങിച്ചിരിയും തമാശപറച്ചിലും പാദസരങ്ങളുടെ സംഗീതവുമൊക്കെ പുലരുംവരെ കേൾക്കാം. പകലിന്റെ വെട്ടം തെളിഞ്ഞാൽ തൈക്കാട്ടുപുര ഉറങ്ങാൻ കിടക്കുന്നു.

പ്രത്യേക രീതിയിലാണ് തൈക്കാട്ടുപുര നിർമിച്ചിരിക്കുന്നത്. വൃത്താകൃതിയിലാണ് അതിന്റെ കിടപ്പ്. മുല്ലപ്പൂക്കൾകൊണ്ട് വരാന്ത വൃത്തിയിലും വെടിപ്പിലും ഭംഗിയിലും അലങ്കരിക്കപ്പെട്ടതാണ്. മുൻവാതിൽ തുറന്ന് അകത്തേക്ക് കയറിയാൽ വൃത്താകൃതിയിലുള്ള സ്വീകരണമുറി കാണാം. ഉയർന്ന മണ്ഡപത്തിലെ സിംഹാസനത്തിലാണ് രാജാവ് ഇരിക്കുക. സുഗന്ധങ്ങൾ പൂക്കുന്ന ധൂമപെട്ടികൾ മൂലകളിൽ സ്ഥാപിച്ചിട്ടുണ്ട്. അപ്പുറത്ത് നൃത്തക്കാരികളും ഗായികകളും ഇരിക്കുന്നുണ്ടാകും. അവർക്ക് സ്വീകരണമുറി കാണാൻ കഴിയില്ലെങ്കിലും അവരുടെ പാട്ടും നൃത്തവുമൊക്കെ രാജാവിന് കേൾക്കാം.

പെൺകുട്ടികൾ താമസിക്കുന്ന മുറികളുടെ വാതിൽ തുറക്കപ്പെടുന്നത് സ്വീകരണമുറിയിലേക്കാണ്. സ്വീകരണമുറി എപ്പോഴും ചമയിച്ചിട്ടുണ്ടാകും. ഇരുപുറവും ഘടിപ്പിച്ച മുഖക്കണ്ണാടികൾ. ചുമരുകളിൽ നിറയെ നഗ്നചിത്രങ്ങളുമുണ്ട്.

സ്വീകരണമുറിയുടെ മധ്യഭാഗത്ത് മരത്തിൽ തീർത്ത കൊത്തുപണിയുടെ ഗോവണിയുണ്ട്. തച്ചന്മാരുടെ കരവിരുതിന്റെ വിസ്മയക്കാഴ്ചയാണിത്. ഇര വിഴുങ്ങിയ പാമ്പിനെപ്പോലെയാണ് അതിന്റെ കിടപ്പ്.

ഏണിപ്പടികൾ ചവിട്ടിക്കയറിയാൽ എത്തുന്നത് ഒറ്റ മുറിയിലേക്കാണ്. ഒന്നാം നിലയിൽ ആ മുറിമാത്രമേ നിർമിച്ചിട്ടുള്ളൂ. രാജാവിന് ഇഷ്ട

പ്പെട്ട പെൺകുട്ടിയുമായി ഉറങ്ങുന്നത് ഈ മുറിയിലാണ്. തൈക്കാട്ടുപുരയിൽ രാജാവ് കയറുന്ന നേരത്ത് മാത്രമേ ഈ മുറി തുറക്കുകയുള്ളൂ. ഭൂമിയിലെ സ്വർഗമെന്നാണ് മുറിയിൽ കയറിയ പെൺകുട്ടികളൊക്കെ പറയുന്നത്.

തൈക്കാട്ടുപുര ഉണരുന്നത് സൂര്യൻ അസ്തമിക്കുമ്പോഴാണ്. ഇവിടുത്തെ സുന്ദരികൾ പകൽ ഉറങ്ങുകയും രാത്രി രാജാവിനായി ഉണർന്നിരിക്കുകയും ചെയ്യുന്നു. രാജാവ് എല്ലാ രാത്രികളിലും വരികയില്ല. രാജാവിന് പൂതി തോന്നിയാൽ ഏത് സമയത്തും വന്നേക്കാം. അതുകൊണ്ടു തന്നെ കുളിച്ച്, സുഗന്ധങ്ങൾ പൂശി, വസ്ത്രങ്ങൾ ധരിച്ചും, സ്വർഗത്തിലെ ഹൂറികളെപ്പോലെയാണ് പെൺകുട്ടികൾ രാജാവിനെ കാത്തിരിക്കുന്നത്.

തൈക്കാട്ടുപുര സ്ഥാപിച്ചത് വനാന്തർഭാഗത്താണ്. ആർക്കും അത്ര പെട്ടെന്ന് എത്തിപ്പെടാനാവില്ല. തൈക്കാട്ടുപുരയിലെ പെൺകുട്ടികൾ ദൂരെയുള്ള ഗ്രാമത്തിൽ നിന്നാണ് വരുന്നത്. അവർ ഭൂമിയിലെ സുന്ദരികളായിരിക്കും. രതിതന്ത്രങ്ങൾ പഠിച്ച പെൺകുട്ടികളെ രാജാവിന് നേർച്ചനേരുകയാണ് പതിവ്. തൈക്കാട്ടുപുരയിലെത്തിയ പെൺകുട്ടികളുടെ കുടുംബത്തിന് "സൗഭാഗ്യങ്ങൾ" നൽകുന്നതിൽ രാജാവ് വീഴ്ച വരുത്താറില്ല. അവർ സുന്ദരികളായിരിക്കണമെന്നതും പതിനെട്ട് തികഞ്ഞിരിക്കണമെന്നതും രാജാവിന് നിർബന്ധമാണ്.

തൈക്കാട്ടുപുരയുടെ അരികിൽ കുഞ്ഞുവീടുകൾ കാണാം. തൈക്കാട്ടുപുര ഉപേക്ഷിച്ച പെൺകുട്ടികളാണ് അവിടെ താമസിക്കുന്നത്. രാജാവിന് ഇഷ്ടപ്പെടാത്ത പെൺകുട്ടികളാണിവർ. മന്ത്രിമാരും പ്രമാണിമാരും ദിവാന്മാരുമാണ് അവിടെ രാത്രിയുറങ്ങുക.

രാജാവിനെ കാണുമ്പോൾ തൈക്കാട്ടുപുരക്ക് ജീവൻ വെക്കുന്നു. ആനപ്പുറത്താണ് രാജാവ് വരിക. ആനപ്പുറത്തുനിന്നും ഇറങ്ങിയ രാജാവ് ധൃതിയിൽ തൈക്കാട്ടുപുരയിലേക്ക് ഓടിക്കയറുന്നു. പുരയുടെ അകത്ത് കയറിക്കഴിഞ്ഞാൽ കുഞ്ഞു വീടുകളിലേക്ക് മൂത്ത പട്ടാളക്കാരനും മറ്റും കയറുന്നു.

തൈക്കാട്ടുപുരയിൽ സ്ഥാപിച്ചിട്ടുള്ള വലിയ കസേരയിൽ രാജാവ് ഇരിക്കുന്നു. കൊട്ടാരം വൈദ്യർ തയാറാക്കിയ ശരീരത്തിലാകമാനം ഉണർവുണ്ടാക്കുന്ന പച്ചമരുന്ന് നൽകുകയെന്നതാണ് ആദ്യചടങ്ങ്. മുഖം ചുളിച്ചിട്ടാണ് പച്ചമരുന്ന് കുടിച്ചത്. കയ്പ്പാണ്. കുറച്ചുസമയം കഴിഞ്ഞപ്പോൾ പച്ചമരുന്നിന്റെ ഫലം പടരുവാൻ തുടങ്ങി. രാജാവിന് ഊർജമുണ്ടായി. സന്തോഷവും. കൈകാലുകളിൽ ശക്തി മുളച്ചു. ഉന്മേഷവും ഉത്തേജനവുമുണ്ടായി.

മുൻവാതിലുകൾ തുറന്നു രാജാവിന് അഭിമുഖമായി പെൺകുട്ടികൾ നിന്നു. അവർ കുലുങ്ങിച്ചിരിക്കുന്നുണ്ടായിരുന്നു. രാജാവിന്റെ മുന്നിൽവെച്ച് അവർ മേൽകുപ്പായം അഴിച്ചു. അടിക്കുപ്പായമിട്ട് നൃത്തം ചെയ്യുവാൻ തുടങ്ങി. നേർത്ത സംഗീതം കേൾക്കാം. പെൺകുട്ടികളുടെ ഉടൽഭംഗിയിലൂടെ രാജാവിന്റെ കണ്ണുകൾ ഇഴഞ്ഞു. ഉലയുന്ന പെൺകു

ട്ടികളെ നോക്കിയപ്പോൾ സിരകൾക്ക് തീപിടിച്ചു. നെഞ്ച് പിടച്ചു. ശ്വാസ ഗതി കൂടി. നേർത്തചൂട് ശരീരത്തിലാകമാനം പാഞ്ഞുകയറി. മുഖം ചുക ന്നു. കണ്ണുകളിൽ കാമം പൊടിഞ്ഞു.

സൗന്ദര്യം വെളിവാക്കി ഓരോ പെൺകുട്ടിയും രാജാവിന്റെ കൺമു ന്നിലൂടെ മിന്നി മറയുന്നുണ്ട്. പിന്നെപ്പൊഴോ അടിക്കുപ്പായങ്ങൾ അഴി ഞ്ഞുവീണു. അവർ പൂർണനഗ്നകളായി, നൂൽബന്ധമില്ലാത്ത തുടിക്കുന്ന പെൺശരീരങ്ങൾ കാമത്തിന്റെ ചിത്രം വരച്ചു. ഓരോ ചിത്രവും ഓരോ കഥപറഞ്ഞ് രാജാവിനെ ക്ഷണിച്ചു. ഒറ്റ നൂൽകമ്പിയില്ലാത്ത കൊഴുപ്പിന്റെ ശരീരം അവർ ചേർത്തുപിടിച്ചു: "രാജാവ്" മെല്ലെ ഉണരുവാൻ തുടങ്ങി. ഉണർന്ന രാജാവിന്റെ ചുണ്ടുകൾ നനഞ്ഞു.

ഓരോ പെൺകുട്ടിയെയും വിസ്തരിച്ച് നോക്കി. അവസാനം ഒരു പെൺകുട്ടിയെ ഇഷ്ടമായി. പെൺകുട്ടി ചിരിച്ചുകൊണ്ട് രാജാവിനെ കെട്ടി പ്പിടിച്ചു.

"വാ..."

ഏണിപ്പടികൾ ഓരോന്നായി അവർ കയറി. മുറിയുടെ വാതിൽ തുറ ന്നപ്പോൾ സുഗന്ധം നിറഞ്ഞു. സ്വർഗത്തിലെ ഹൂറിപോലെ "പെൺകുട്ടി" പറന്നു. ഓരോ ഇടവും സവിസ്തരം പെൺകുട്ടി നോക്കുന്നുണ്ടായിരുന്നു.

"ഇഷ്ടമായോ..."

പെൺകുട്ടിയുടെ അരയിൽ കൈ ചുറ്റി, കട്ടിലിൽ വലിച്ചിരുത്തി രാജാവ് ചോദിച്ചു.

പെൺകുട്ടി തലയനക്കി.

അവർ ചേർന്ന് ഇരുന്നു. ഉടലുകളിലെ ചെറുചൂട് പങ്കുവെച്ചു. ആസ ക്തിയുടെ ചുണ്ടുകൾ ഉടൽപച്ചയിലൂടെ ഇഴഞ്ഞു. ചോര തുടിക്കുന്ന ചുണ്ടു കൾക്കിടയിലൂടെ, കഴുത്തിലെ വിടവിലൂടെ, നെഞ്ചിലൂടെ ഇറങ്ങിത്താഴുന്ന ചുണ്ടുകൾ കണ്ടപ്പോൾ പെൺകുട്ടി വിറച്ചു. താടി പിടിച്ചുയർത്തി. കട്ടിലി ലേക്ക് മറിച്ചിട്ടു. കെട്ടിപ്പിടിച്ചു. ശരീരത്തിൽനിന്നും ശരീരത്തിലേക്ക് അലി യുവാൻ വെപ്രാളപ്പെട്ടു. കിടക്കയിൽ, ചുമരിൽ, പരവതാനിയിൽ, കെട്ടിമറി ഞ്ഞു. ഭൂമിയും ആകാശവും ലോകവും മറന്നു. കാഴ്ച നശിച്ചു. ഒന്നും അറിയാത്തവരായി, ഒന്നും കേൾക്കാത്തവരായി ചുണ്ടുകൾ അന്യോന്യം കോർത്തു പിടിച്ചു.

രാജാവ് കിതയ്ക്കുവാൻ തുടങ്ങി. കിതക്കുന്ന ഒച്ച മുറിക്കകത്ത് പെരുകി വളർന്നു. ശരീരങ്ങൾ വിയർപ്പിൽ കുളിച്ചു. കഴുത്തിൽ, ഉടലിന്റെ പിറകിൽ, തുടകൾക്കിടയിൽ വിയർപ്പുകൾ പതഞ്ഞു. വേഗതയോടെ അലി യുവാൻ വെപ്രാളംകൊണ്ടു.

–അവർ ഒന്നിച്ചിരുന്ന് ഗുണകോഷ്ഠം ചൊല്ലുവാൻ തുടങ്ങി. അക്കങ്ങൾ പെരുകി വളർന്നു. പെരുകുന്ന അക്കങ്ങൾ ഇരുവരിലും നിറഞ്ഞു.

പെൺകുട്ടിയുടെ ഉടലിൽ കൂർത്ത നഖങ്ങൾകൊണ്ട് രാജാവ് ചിത്രം വരയ്ക്കാൻ തുടങ്ങി. ആദ്യം സിംഹത്തിന്റെ ചിത്രമായിരുന്നു വരച്ചത്. ആർത്തിയുടെ സിംഹം അലറിയപ്പോൾ പെൺകുട്ടിയുടെ നിലം ചിരിച്ചു.

ചുകന്ന നാവിൽ രസമൂറി. ശരീരങ്ങൾ പതച്ചു. മത്തുപിടിപ്പിക്കുന്ന ആർത്തിയോടെ അന്യോന്യം ആർത്തിരമ്പി.

സിംഹം കടിച്ചു പറിച്ചു കഴിഞ്ഞപ്പോഴാണ് പാതാളത്തിൽനിന്നും പോരുകാള ഇറങ്ങിവന്നത്. വയലിലൂടെ മുക്രയിട്ട് പാഞ്ഞുനടന്നു. വയലിടങ്ങളിൽ ചോര പൊടിഞ്ഞു.

"വേദനിക്ക്ണ്" പെൺകുട്ടി ഒച്ചതാഴ്ത്തി പറഞ്ഞു.

രാജാവും പെൺകുട്ടിയും കൈപ്പത്തികൾ കോർത്തുപിടിച്ച് വെള്ളം കെട്ടിനിൽക്കുന്ന വയലിലൂടെ ഓടാൻ തുടങ്ങി. ചുടുകാറ്റ് വീശുന്നുണ്ട്. നെൽപ്പാടം ചുകന്ന നിറമായി. മിന്നലുകൾ മേഞ്ഞുനടന്നു.

ശ്വാസംവലിയുടെ ഇടയിലാണ് മഴ പെയ്തത്. മണ്ണിലേക്ക് മഴ ആഴ്ന്നിറങ്ങി. മഴ തുളച്ചു കയറി. വയൽ വിഴുങ്ങി. കട്ടിലും പരവതാനിയും നനഞ്ഞു കുതിർന്നു. അവർ തളർന്നു കിടന്നു.

മഴകൊണ്ട ഉടലുമായി തളർന്നു കിടന്നു. പിന്നെപ്പൊഴോ ഉറങ്ങി.

ഉറങ്ങുന്ന സമയത്തും പെൺകുട്ടി ചിരിക്കുന്നുണ്ടായിരുന്നു.

12

വിളവെടുപ്പിന്റെ തല

ഉത്സാഹത്തിന്റെ നെഞ്ചിടിപ്പോടെ ഏണിപ്പടികൾ ചവിട്ടിക്കയറിയ രാജാവ് മട്ടുപ്പാവിൽ എത്തിച്ചേർന്നു. നഗ്നമാക്കപ്പെട്ട പെൺകുട്ടിയുടെ കഴുത്ത് സ്നേഹത്തോടെ പിടിച്ചു. പെൺകുട്ടിയുടെ ചുണ്ടുകൾ കൂട്ടിപ്പിടിച്ച് വായിലേക്കമർത്തിവെച്ച് വലിച്ച് കുടിച്ചപ്പോൾ തലക്കകത്ത് ലഹരി പൂക്കുവാൻ തുടങ്ങി. വീണ്ടുംവീണ്ടും കുടിച്ചു. എത്ര കുപ്പിയാണ് തീർത്തതെന്നറിയില്ല.

മട്ടുപ്പാവിന്റെ മുകളിൽ കയറി ചുറ്റുപാടും നോക്കി. ചുമലുകൾ ചൊറിഞ്ഞ് മാന്തിപ്പറിച്ചു. അന്നേരം ചിറകുകൾ മുളയ്ക്കാൻ തുടങ്ങി. മുളച്ചുയർന്ന ചിറകുകൾ വളർന്ന് കൊട്ടാരം മൂടി. കാലുകൾ ചുരുട്ടിപ്പിടിച്ച് കൈകൾ വീശിയപ്പോൾ ആകാശത്തിലേക്ക് ഉയർന്നു പറക്കുവാൻ തുടങ്ങി. ഭൂമിയിലേക്ക് നോക്കിയപ്പോൾ പ്രജകൾ ഉറങ്ങുന്നത് കണ്ടു.

– എല്ലാവരും ഉറങ്ങുമ്പോൾ യാത്ര പുറപ്പെടുന്നു. ഉണരുമ്പോഴേക്കും തിരിച്ചെത്തുന്നു. ആകാശത്തിനോടും കാറ്റിനോടും മേഘത്തിനോടും ഇക്കാര്യം പറഞ്ഞു. കാറ്റ് മുഖം തിരിച്ചു. മേഘം ചെവിയടച്ചു. ആകാശത്തിന് നിർജീവത.

"സാരമില്ല. എന്റെ വാക്കുകൾ കേൾക്കാൻ സ്വർഗസ്ഥലിയുണ്ടല്ലോ."

– അങ്ങനെ പറന്നുപറന്ന് സ്വർഗസ്ഥലിയിലെത്തിച്ചേർന്നു. രാജാവിനെ കണ്ടപ്പോൾ കുളപ്പടിയിൽ ഇരിക്കുന്ന സ്വർഗസ്ഥലി ചിരിച്ചുകൊണ്ട് കൈകൾ നീട്ടി സ്വീകരിച്ചു.

"ഞാൻ കാത്തിരിക്കുകയായിരുന്നു."

"ഞാനും."

അവർ കെട്ടിപ്പിടിച്ചു. ആർത്തിയുടെ ചുണ്ടുകൾ നെറ്റിയുടെ വിസ്തൃതിയിൽ, ചുണ്ടുകൾക്കിടയിലെ നേരിയ ദ്വാരത്തിൽ, ചെവിയുടെ ആഴ

ത്തിൽ, കഴുത്തിന്റെ വടിവിൽ, വയറിന്റെ സമൃദ്ധിയിൽ, പൊക്കിൾച്ചുഴിയിൽ ഇഴയുവാൻ തുടങ്ങിയപ്പോൾ ഇക്കിളികൊണ്ട് പുളഞ്ഞു.

ചുണ്ടുകൾ കടിച്ച് വലിച്ച്, മലർത്തിക്കിടത്തി മുകളിൽ കയറി, ഒച്ച താഴ്ത്തി, കിതപ്പോടെ പറഞ്ഞു:

"അങ്ങനെ ചിരിക്കല്ലെന്റെ രാജാവേ.... സീൽക്കാരത്തിന്റെ ആഴമറിയാൻ പുറത്ത് ചെവികൾ ഒളിഞ്ഞിരിപ്പുണ്ട്."

രാജാവ് ചുറ്റും നോക്കി.

"ആരാണ്?"

ഉത്തരം പറയാതെ രാജാവിന്റെ മുടികൾക്കിടയിലൂടെ വിരലുകൾ പായിച്ചു. ഇടയ്ക്കിടെ തലമുടി കൂട്ടിപ്പിടിച്ചുവലിച്ചു. മുടി തലോടി. മുടി കടിച്ചു. മുടി പരിശോധിച്ചു.

"രാജാവ് സ്വപ്നം കാണാറുണ്ടോ?"

"ഉം" രാജാവ് മൂളി.

"എന്ത് സ്വപ്നം?"

"പല നിറങ്ങളുള്ള സ്വപ്നം."

"അതല്ല. അതിർത്തികൾ ഇല്ലാതായി, രാജ്യങ്ങൾ ഒന്നാകുന്ന സ്വപ്നം കാണാറുണ്ടോ?"

"അതെന്നാണ്."

"ഒരിക്കൽ സംഭവിക്കും. അന്ന് ആകാശവും ഭൂമിയും നേർരേഖയിൽ സഞ്ചരിക്കും. ഭൂമിയിലേക്ക് ആകാശം അലിയും. കാലുകൾക്കിടയിലൂടെ നക്ഷത്രങ്ങൾ ഓടി നടക്കും. തണുത്ത കാറ്റ് പാതാളത്തിൽ വീശും. ഇടിയിലും മിന്നലിലും കാറ്റിലും മഴയിലും സംഗീതമുണ്ടാകും. ആകാശത്തിലൂടെ കടലൊഴുകും."

"എപ്പോഴാണ് അക്കാലം ഉദിക്കുക."

അതിന് സ്വർഗസ്ഥലി മറുപടി പറഞ്ഞില്ല.

സ്വർഗസ്ഥലിയുടെ മടിയിൽ തലവെച്ച് ആകാശത്തിലേക്ക് നോക്കുകയായിരുന്നു രാജാവ്. സ്വർഗസ്ഥലിയുടെ കൈവിരലുകൾ എന്തോ നഷ്ടപ്പെട്ടതുപോലെ തലമുടികൾക്കിടയിലൂടെ പരതി നടക്കാൻ തുടങ്ങിയിട്ട് കുറേ സമയമായി.

"രാജകുമാരീ....."

"ങ്ഹും."

"എനിക്കൊന്നും മനസിലാകുന്നില്ല രാജകുമാരീ, തെളിച്ചുപറ."

"രാജാവിനൊന്നും മനസിലാകില്ല. ഞാൻ പറയുന്നതുപോലെ ചെയ്താൽ മതി."

ശരിയാണ്. സ്വർഗസ്ഥലി പറയുന്ന കാര്യങ്ങൾ പിന്നീടാണ് മനസിലാവുക.

ചെക്കനെ പിടിച്ച്, അഞ്ചലാപ്പീസിൽ നാവ് നീട്ടി നിർത്തിയാൽ ഖജനാവ് നിറയുമോയെന്ന സംശയത്തിന് സ്വർഗസ്ഥലി ഉത്തരം പറഞ്ഞുതന്നില്ല. ആദ്യമാസത്തിന്റെ കണക്കെടുപ്പ് നടത്തിയപ്പോൾത്തന്നെ ഫലം

കിട്ടി. തപാൽക്കാരണവർ ലാഭക്കഥകളാണ് പറഞ്ഞത്. പശ ഉണ്ടാകുന്നതിന്റെ ലാഭം. പശയുണ്ടാക്കി അഞ്ചലാപ്പീസുകളിൽ കൊണ്ടുപോകുന്നതിന്റെ ലാഭം. കൂട്ടിയപ്പോൾ ലാഭം അധികമായിരുന്നു. പണ്ടൊക്കെ നഷ്ടക്കച്ചവടമായിരുന്നു തപാൽ ആപ്പീസ്.

"രാജാവേ..." രാജകുമാരി നീട്ടി വിളിച്ചു.

"ഹെന്തേ..."

"ഞാൻ ഇത്രയും സമയം നിങ്ങളുടെ തല പരിശോധിക്കുകയായിരുന്നു. തലയുടെ വീതിയും നീളവും ഉയരവും ഗുണിച്ച്, ഹരിച്ച്, കൂട്ടിക്കിഴിച്ചപ്പോൾ കിട്ടിയത് വട്ടപ്പൂജ്യമാണ്." രാജകുമാരി ചിരിച്ചു. "അതുകൊണ്ട് നിങ്ങളുടെ തലയിൽ നിന്നും വിളവെടുക്കാനാവില്ല."

രാജാവിന്റെ മുഖം കറുത്തു.

"സാരമില്ല രാജാവേ."

"ങ്ഹും."

"പ്രജകളിൽനിന്നും തെരഞ്ഞെടുത്ത നല്ല തലകൾ സ്വർഗസ്ഥലിയിലേക്ക് കയറ്റിക്കൊണ്ട് പോയാലോ എന്ന് ആലോചിക്കുകയാ..."

രാജകുമാരിയുടെ സംസാരം കേട്ടപ്പോൾ രാജാവിന് ചിരിവന്നു.

"എന്താ പറയുന്നത്. തല കയറ്റുമതി ചെയ്യുകയോ..."

"വളവും പരിലാളനയും നൽകിയാൽ തലകളിൽനിന്നും നല്ല വിളവെടുക്കാൻ കഴിയും."

"അപ്പോൾ ബാക്കിവന്ന ഉടൽ എന്തുചെയ്യണം?"

"കുടുംബക്കാരും രാജാവും തിന്നണം."

അപ്പോഴാണ് രാജാവിന്റെ തലയിൽ സൂര്യനുദിച്ചത്. കാര്യം മനസിലായി.

"അടിയങ്ങള്ടെ ഭാഗ്യം."

സന്തോഷം അടക്കിവെക്കാൻ കഴിഞ്ഞില്ല. ഏത് വിധത്തിലാണ് സ്വർഗസ്ഥലിയെ സന്തോഷിപ്പിക്കേണ്ടതെന്നറിയാതെ ഒരു നിമിഷം നിശ്ചലനായി നിന്നു. മനസ്സ് വിങ്ങി.

സ്വർഗസ്ഥലിയുടെ കാലുകൾ നക്കാൻ തുടങ്ങി. കാലിന്റെ അടിപാദത്തിലൂടെ നാവ് ഇഴഞ്ഞപ്പോൾ സ്വർഗസ്ഥലിക്ക് ഇക്കിളിയായി.

"സുഖുണ്ടോ?"

"ങ്ഹൂം."

"എങ്ങനെയുണ്ട് ഖജനാവ്?"

"സ്വർഗസ്ഥലിയുടെ കൃപയിൽ നിറയുന്നുണ്ട്."

അനന്തരം,

ഇനി ചെയ്യേണ്ട കാര്യങ്ങൾ രാജാവിന്റെ ചെവിയിൽ രാജകുമാരി ഓതിക്കൊടുത്തു.

രാജാവ് എല്ലാം സ്വീകരിച്ചു.

അങ്ങനെയാണ് വീണ്ടും ചുകന്ന മഷികൊണ്ടെഴുതിയ പുതിയ കരാറിൽ രാജാവ് ഒപ്പുവെച്ചത്.

13

വടവേരിന്റെ കുലപതി

കുളിക്കുമ്പോഴാണ് ആനയുടെ ചിന്നംവിളി കേട്ടത്. പേടിയോടെ ചുറ്റുപാടും നോക്കുന്ന നേരത്താണ് കുളിമുറിയിലാകമാനം വലിയ മരങ്ങൾ മുളച്ചുപൊന്തിയത്. ഇലകളും കായ്കളും ഉണ്ടായത്... പച്ചയിടമായത്. സിംഹത്തിന്റെ അലറലും വാനരന്മാരുടെ കളിയോട്ടവും കേൾക്കുന്നുണ്ട്. മരത്തിലൂടെ കയറിയിറങ്ങി വന്ന വള്ളിപ്പടർപ്പുകൾ പെരുമ്പാമ്പിനെപോലെ തൂങ്ങി കിടക്കുന്നത് കാണാം. കിളികൾ ചിലയ്ക്കുന്നുണ്ട്. കാറ്റൂതുന്നുണ്ട്.

ഒറ്റപ്പെടലിന്റെ പേടിയോടെ ശരീരം ചുരുട്ടിപ്പിടിച്ച് കാട്ടിലൂടെ രാജാവ് ഓടാൻ തുടങ്ങി. വള്ളിപ്പടർപ്പുകളിൽ കുടുങ്ങി രാജവസ്ത്രങ്ങൾ കീറി പറിഞ്ഞു. ശരീരം മുറിഞ്ഞ് വേദനിച്ചു. ചോര. ഉണങ്ങിയ ഇലകളിൽ ചവിട്ടി വഴുതി വീണു.

"രക്ഷിക്കണേ..."

അലറി വിളിക്കാൻ ശ്രമിച്ചപ്പോൾ പേടിച്ചിട്ട് ഒച്ച പൊന്തിയില്ല. വള്ളിപ്പടർപ്പ് പിടിച്ച് എഴുന്നേറ്റു.

വീണ്ടും ഓടി എത്തിപ്പെട്ടത് പുറപ്പെട്ട ഇടത്ത് തന്നെയായിരുന്നു. കാട്ടുവഴികൾ ഏണിയും പാമ്പും കളിക്കുകയാണോ?

അവസാനം,

തളർന്ന് വടവേരിന്റെ മുകളിൽ കിതച്ചിരിക്കുമ്പോഴാണ് ആകാശത്തിലൂടെ മൃഗങ്ങൾ പറക്കുന്നത് കണ്ടത്. കടുവകളും പുലികളും സിംഹവും ആനയും കാട്ടുപോത്തും വാനരപ്പടയുമുണ്ട്. അത്യത്ഭുതത്തിന്റെ കണ്ണുകളോടെ പറക്കൽ നോക്കി നിന്നു. അപ്പോൾ ആകാശത്തിൽനിന്നും ഇറങ്ങി വന്ന കാറ്റ് രാജാവിനെ പൊതിഞ്ഞു. കാറ്റിന്റെ കൈകൾ വിടർന്നു. രാജാവിന്റെ കഴുത്ത് ചുരുട്ടിപ്പിടിച്ചു. രാജാവ് നിലവിളിച്ചു. പറക്കുന്ന മൃഗങ്ങൾ രാജാവിന്റെ കരച്ചിൽകേട്ട് അലറിച്ചിരിച്ചു. ഇടി

പൊട്ടി. ഭൂമികുലുങ്ങുന്ന ഇടി. ചെവി പൊത്തിപ്പിടിച്ചു. മിന്നലുകൾ പാഞ്ഞു. അപ്പുറത്ത് മരം പൊട്ടി വീഴുന്ന ഒച്ച.

ചുറ്റുപാടും വല്ലാത്ത പ്രകാശമുണ്ടായി. കണ്ണ് മഞ്ഞളിച്ചുപോയി. പ്രകാശത്തിന്റെ ഇടയിലൂടെ വെളുത്ത വസ്ത്രം ധരിച്ച ഒരാൾ നടന്നുവരുന്നത് കണ്ടു. ആഗതന്റെ കണ്ണുകളിൽ തീ കത്തുന്നുണ്ടായിരുന്നു.

തൊട്ടരികിൽ എത്തുന്നത് വരെ ആഗതൻ പുഞ്ചിരിക്കുന്നുണ്ടായിരുന്നു.

"അറിയ്യോ..."

സൂക്ഷിച്ചുനോക്കി. അറിയില്ല. ഇതുവരെ കണ്ടിട്ടില്ല. കണ്ണുകളിൽ തീ എരിയുന്നുണ്ട്.

ആരായിരിക്കും..

പിറകിൽനിന്നും ആന ചിന്നം വിളിക്കുന്നതും, മുന്നിൽ കയറിനിന്ന് സിംഹം അലറിയതും, പുലി നഖം മൂർച്ചയാക്കുന്നതും ഞെട്ടലോടെ നോക്കിനിന്നു. വാനരപ്പടയുണ്ട്. കടുവക്കൂട്ടമുണ്ട്. കാട്ടുപോത്തിന്റെ പിറകിലൂടെ ഒളിഞ്ഞുനോക്കുന്നത് ചെന്നായയാണല്ലോ...

മൃഗങ്ങൾ രാജാവിനെ വളഞ്ഞു. വട്ട അടയാളത്തിനുള്ളിൽ രാജാവിന് അഭിമുഖമായി ആഗതൻ ഇരുന്നു. മുഖത്തോട് മുഖം നോക്കിക്കൊണ്ട്...

"അറിയ്യോ..."

വീണ്ടും ആഗതൻ ചോദിക്കുകയാണ്.

അറിയില്ലായെന്ന് തലയനക്കി.

"ഔട്ടിയാക്ക–വടവേരിന്റെ കുലപതി"

ചിരിയോടെയാണ് അദ്ദേഹം പറഞ്ഞത്.

അതെ, ഈ പേര് കേട്ടിട്ടുണ്ട്. അടുക്കളക്കാരികളുടെ പതിഞ്ഞ സംസാരത്തിനിടയിൽ, കൊട്ടാരം സേവകരുടെ പിറുപിറുക്കൽ കേട്ട പേരാണിത്. മരണക്കിടക്കയിൽ നിന്നും പിതാവ് പറഞ്ഞത് ഔട്ടിയാക്കയുടെ ശല്യം ഇനിയുമുണ്ടാകില്ലെന്നാണ്. കടലിൽ മുക്കി കൊന്നുവത്രെ. എന്നിട്ടുമെങ്ങനെയാണ്....?

മരിച്ചവർ എങ്ങനെയാണ് ജീവിച്ചിരിക്കുന്നവരെ വേട്ടയാടുന്നത്.

പിതാവ് പറഞ്ഞത് സത്യമായിരിക്കില്ലേ? സത്യമായിരിക്കും. മരിപ്പിന്റെ ലോകത്തേക്ക് യാത്രപോകുന്നവർ കളവ് പറയാറില്ല.

–പറഞ്ഞിട്ട് കാര്യവുമില്ല.

പിന്നെങ്ങനെയാണ്.

ഔട്ടിയാക്കയെ കടൽ വിഴുങ്ങിയിട്ടില്ലേ?

"വേരുകൾ ഉള്ളിടത്തോളം കാലം പോരാളികൾക്ക് മരണമില്ല" രാജാവിന്റെ മനസ്സ് വായിച്ചിട്ടെന്നപോലെ ഔട്ടിയാക്ക പറഞ്ഞു.

"എങ്ങനെയുണ്ട് രാജാവേ ബിശേഷങ്ങള്?"

സ്വർഗ്ഗസ്ഥലി രാജകുമാരി ചോദിക്കുന്ന അതേ ഈണത്തിൽ ഔട്ടിയാക്ക ചോദിച്ചപ്പോൾ ഞെട്ടി.

“നഗ്നമാക്കപ്പെട്ട പെൺകുട്ടിയുടെ കഴുത്ത് പിടിച്ച്, ചുണ്ടുകളിൽ ചുണ്ടുകൾ കോർത്തുവെച്ച്, ബദാം പരിപ്പുകൾ കൊറിച്ച്, ചിറകുകൾ വിടർത്തി, കാലുകൾ ചുരുട്ടിപ്പിടിച്ച്, കൈകൾ ആഞ്ഞു വീശി, ആകാശത്തിലൂടെ പറന്ന് പറന്ന് രാജകുമാരിയുടെ വയൽവരമ്പിലൂടെ ഉഴുതുമറിച്ച് പിക്കാസുകൊണ്ട് ചിത്രങ്ങൾ വരക്കുന്ന നിങ്ങളെ “ജാരനെന്ന് വിളിക്കട്ടെ.”

“ചാരനെന്ന് വിളിച്ചാലോ...” മൃഗങ്ങളിൽ ഒരാൾ ചോദിച്ചു.

“ശരിയാണ്. ജാരനും ചാരനും ഇരുതല മൂർച്ചയുള്ള കത്തിയാണ്. ജാരൻ ഉടലിനെ വ്യഭിചരിക്കുമ്പോൾ ചാരൻ രാജ്യത്തെ വ്യഭിചരിക്കുന്നു. രണ്ടും വ്യഭിചാരം തന്നെ.”

കത്തുന്ന കണ്ണുകളോടെയാണ് മൃഗങ്ങൾ തുറിച്ചുനോക്കുന്നത്. ഇവർക്കെന്തിനാണ് ഇത്രകണ്ട് ദേഷ്യം. സ്വപ്നങ്ങളും കാമനകളും മനുഷ്യർക്കുള്ളതല്ലേ? ആരും കാണാതെ, ഇരു ചെവി അറിയാതെ രഹസ്യമായിട്ടാണ് പറന്നു പോയത്.

ഇരു രാജ്യക്കാർ അന്യോന്യം സ്നേഹിക്കുന്നത് തെറ്റാണോ? ഇവർക്കെന്താണ് നഷ്ടം... എന്തിനാണ് വേട്ടയാടുന്നത്. രാജ്യം പുരോഗതിയിലേക്കല്ലേ നീങ്ങുന്നത്? ഖജനാവ് നിറയുന്നുമുണ്ട്. പിന്നെന്തിനാണ്....

“തലകളുടെ കൊട്ടാരമുണ്ടാക്കി തരാമെന്നാണ് പുതിയ വാഗ്ദാനം അല്ലേ?”

ചെവിയിൽ മന്ത്രിക്കുകയാണ് ഔട്ടിയാക്ക.

മറുപടി പറഞ്ഞില്ല.

തലകളുടെ കൊട്ടാരമുണ്ടാക്കി തരാമെന്നല്ല പറഞ്ഞത്. തെരഞ്ഞെടുത്ത തലകൾ സ്വർഗസ്ഥലിയിലേക്ക് കൊണ്ടുപോയി വളവും വെളിച്ചവും നൽകി വിളവ് എടുക്കാമെന്നാണ്. അപ്പോൾ തലകളുടെ ജാലകങ്ങൾ തുറക്കും. എന്നിട്ട് പരിശീലനം നൽകി ജോലി നൽകും. പ്രതീക്ഷിക്കാത്ത കൂലി കൊടുക്കും. സ്നേഹം കൊണ്ടാണ് സ്വർഗ്ഗസ്ഥലി അങ്ങനെ പറഞ്ഞത്. നാട് രക്ഷപ്പെടട്ടെയെന്ന് വിചാരിച്ചിട്ട്. തലകൾ മറ്റ് രാജ്യങ്ങളിൽ നിന്ന് കിട്ടാത്തതുകൊണ്ടല്ല.

അതെ. കഴിഞ്ഞ മാസമാണ് തലകൾ തെരഞ്ഞെടുക്കുന്ന ബുദ്ധി രാക്ഷസന്മാർ സ്വർഗസ്ഥലിയിൽനിന്ന് വന്നത്, വാദ്യഘോഷ അകമ്പടിയോടെ സ്വീകരിച്ച് ആനയിച്ചു. വേണ്ടതൊക്കെ നൽകി. കുഞ്ഞുവീടുകളിൽ താമസിപ്പിച്ചു. ചിത്രം വരക്കുവാൻ പെൺകുട്ടികളുടെ ഉടൽ നൽകി ആനന്ദിപ്പിച്ചു.

ബുദ്ധിരാക്ഷസന്മാരുടെ മുന്നിൽ എന്തിനും തയാറായിട്ടായിരുന്നു പ്രജകൾ വന്നത്. എങ്ങനെയെങ്കിലും സ്വർഗസ്ഥലിയിലേക്ക് മക്കളെ കൊണ്ടുപോകണേയെന്ന് കേണപേക്ഷിക്കുകയായിരുന്നു. അടിപ്പാവാട ഊരുവാൻപോലും ചിലർ തയാറായി. എന്തിനെന്നോ സ്വന്തം മക്കളുടെ തലയെടുക്കാൻ!

ആഘോഷത്തോടെ തന്നെയായിരുന്നു തലകൾ കപ്പലിൽ കയറ്റി കൊണ്ടുപോയത്. ഒന്നിനും കുറവ് വരുത്തിയില്ല.

പിന്നെന്തിനാണ് സ്വർഗസ്ഥലിയെ കുറ്റപ്പെടുത്തുന്നത്!

കാൽവിരലിൽ തണുപ്പ് കയറിയപ്പോഴാണ് തല താഴ്ത്തി നോക്കിയത്. കാൽവിരലിലൂടെ പെരുംപാമ്പ് കയറുകയാണ്... കാലിൽ ചുറ്റിപ്പിടിച്ച് പാമ്പ് വാ പിളർത്തി. ആർത്തിപിടിച്ച വിഷപ്പല്ലുകൾ രാജാവിനെ നോക്കിച്ചിരിച്ചു.

ഇനി രക്ഷയില്ല.

പെരുംപാമ്പിനും മൃഗങ്ങൾക്കും ഭക്ഷണമാകുന്നതിന് മുമ്പ് രക്ഷപ്പെടണം. ഔട്ടിയാക്ക വിചാരിച്ചാലേ നടക്കൂ. അതിന് ഔട്ടിയാക്കയുടെ കാല് പിടിക്കണം. ജീവനാണ് വലുത്. ഇനിയും ജീവിതം ബാക്കിയുണ്ട്. ജീവിതംകൊണ്ട് വിലപേശുകയാണ് ഔട്ടിയാക്ക.

"ഇനിയൊരിക്കലും ഇങ്ങനെ സംഭവിക്കില്ല ഔട്ടിയാക്കാ..."

നിലവിളിയോടെ ഔട്ടിയാക്കയുടെ കാലുകൾ കെട്ടിപ്പിടിച്ച് നക്കുവാൻ തുടങ്ങി.

ഔട്ടിയാക്ക കാൽ വലിച്ചു.

"എന്നോട് പൊറുക്കണേ..."

രാജാവ് കരയുന്നത് കണ്ടപ്പോൾ മൃഗങ്ങൾക്ക് ചിരിവന്നു. ഇതെന്ത് കഥ? രാജാവ് കരയുകയോ... രാജാക്കന്മാർ എന്നു പറയുന്നത് അലറിച്ചിരിക്കുന്നവരും ആജ്ഞാപിക്കുന്നവരുമാണല്ലോ. കുരങ്ങനാണ് പറഞ്ഞത്.

എന്നിട്ടിപ്പോൾ...

മൃഗങ്ങൾ രാജാവിനെ വളഞ്ഞു. അടുത്ത നിമിഷം മൃഗങ്ങളുടെ ഭക്ഷണമാകും. രാജാവ് വിറച്ചു. വിളറിയ മുഖം കണ്ടപ്പോൾ ഔട്ടിയാക്കയുടെ മനസിൽ അലിവുണ്ടായി.

"ആയുധമില്ലാത്തവനെ യുദ്ധത്തിന് ക്ഷണിക്കരുത്" ഔട്ടിയാക്ക വിലക്കി.

ഔട്ടിയാക്ക ആകാശത്തിലേക്ക് നോക്കി. ആകാശത്തിൽ, ദേവതകൾ ദൈവത്തിന്റെ വെളിപാടുകൾ ചിത്രഅടയാളത്തിൽ വരക്കുന്നത് നോക്കിനിന്നു. വെളിപാടുകൾ വായിച്ചു.

"നിശ്ചയം. വഴികളാണ് സത്യം" ഔട്ടിയാക്ക പിറുപിറുത്തു.

ഔട്ടിയാക്ക വെളിപാടിന്റെ ഉത്തരം പറഞ്ഞു.

ചുറ്റും വിചാരണക്കായി കാത്തിരിക്കുന്ന മൃഗങ്ങൾക്ക് ഔട്ടിയാക്ക പറഞ്ഞത് മനസിലായില്ല.

"എന്താണ് തീരുമാനം" മൃഗങ്ങളോട് ഔട്ടിയാക്ക ചോദിച്ചു.

"വിചാരണചെയ്ത് കൊന്നു തിന്നുകയാണ് വേണ്ടത്. മണ്ണിന് ശാപമായ ജന്മമാണിത്. പ്രജകളെ സ്നേഹിക്കാത്ത ഭരണാധികാരികൾക്ക് മണ്ണിൽ ജീവിക്കാൻ അർഹതയില്ലായെന്ന കാര്യം വേദപുസ്തകത്തിലെ ആറാം അധ്യായത്തിലെ നാലം ഖണ്ഡികയിൽ പറയുന്നുണ്ടല്ലോ...

"ശരിയാണ്."

"പിന്നെന്തിനാണ് ചോദ്യം."

"ഒരിക്കൽക്കൂടി അവസരം നൽകുകയെന്നതാണ്..." മുഴുമിപ്പിക്കാതെ എല്ലാവരേയും ഔട്ടിയാക്ക നോക്കി.

"എന്തിന്?"

കാട്ടുപോത്ത് മുരണ്ടു.

"അങ്ങനെയാണ് ദൈവഹിതം."

"പിന്നെന്തിനാണീ നാടകം– വിചാരണചെയ്ത് ശിക്ഷിക്കാമെന്ന് പറഞ്ഞിട്ടാണ് പുറപ്പെട്ടത്. എന്നിട്ടിപ്പോൾ... നിങ്ങൾ നിറം മാറുകയാണ്. ദിശ മാറി നടക്കുന്നവരൊക്കെ വിഹിതം പറ്റുന്നവരാണ്. കൊട്ടാരത്തിൽ എന്ത് സ്ഥാനമാണ് അലങ്കരിക്കാൻ പോകുന്നത്."

"ശരിയാണ്. നിങ്ങൾ പറയുന്നതൊക്കെ ശരിയാണ്. പക്ഷേ പൊറുക്കലിനെ തേടുന്നവർക്ക് മാപ്പ് നൽകുകയെന്നതാണ് ധർമം. ചിലപ്പോൾ മാനസാന്തരം ഉണ്ടായെന്ന് വരാം. കൊന്ന് കുഴിച്ചുമൂടിയാൽ വീണ്ടും മുളയ്ക്കുന്നത് ഇതേ ജനുസിൽപ്പെട്ടതാണെങ്കിലോ... ഭരിക്കുന്നവരൊക്കെ അധികാര ഭ്രാന്തുള്ളവരാണ്. സിംഹാസനത്തിലിരുന്നാൽ സ്ഥലകാല ബോധവും കാഴ്ചപ്പാടും നഷ്ടമാകുന്നു. അതുകൊണ്ടാണ് ഓന്ത്ജന്മമാണിവരുടേതെന്ന് പറയുന്നത്. കാലത്തിനും സന്ദർഭത്തിനും അനുസരിച്ച് നിറം മാറുന്നവർ."

ആരും ഒന്നും ഉരിയാടിയില്ല.

ആകാശചെരുവിലേക്ക് തലതാഴ്ത്തി ഔട്ടിയാക്ക നടന്നുകയറുകയാണ്. ആകാശപ്പടികൾ ഓരോന്നായി ചവിട്ടി കയറി. ദൂരേക്ക് മറഞ്ഞു.

മൃഗങ്ങൾ ഒന്നിളകി ഓരോരുത്തരായി കാടിന്റെ അകത്തേക്ക് നടന്നുകയറി. അവരിൽ ഒരാളെങ്കിലും തിരിഞ്ഞു നോക്കുമെന്ന് രാജാവ് വിചാരിച്ചു.

ഇല്ല.

ആരും തിരിഞ്ഞുനോക്കിയില്ല.

അന്നേരം,

ചുറ്റുപാടുകളിലേക്ക് ഓരോന്നായി അലിയാൻ തുടങ്ങി. മരങ്ങളും വള്ളിപ്പടർപ്പുകളും ഇലകളും കായ്കളും പച്ചയിടങ്ങളും അലിയുകയാണ്. അലിഞ്ഞലിഞ്ഞ് കുളിമുറി തെളിഞ്ഞുവന്നു.

കുളിമുറിയിൽ രാജാവ് മലർന്നു കിടക്കുകയാണ്. എന്താണ് സംഭവിച്ചത്? ഒന്നും മനസിലാവുന്നില്ലല്ലോ...

എഴുന്നേറ്റു.

ഉറക്കമുറിയിലേക്ക് നടന്നു. കട്ടിലിൽ കിടന്നു. എന്നിട്ട് പിരാന്തൻ നായയെപ്പോലെ കിതക്കാൻ തുടങ്ങി.

–കിതപ്പ് അടങ്ങുന്നില്ലല്ലോ...

14

വലയം

ചുറ്റുപാടും ഇരുട്ടാണല്ലോ.

ഇരുട്ടിനകത്തെ കണ്ണുകൾക്ക് കാണാനാവില്ല. വെളിച്ചമുണ്ടാവുമ്പോഴാണ് കാഴ്ചകൾ തെളിയുക.

വെളിച്ചത്തെ പരതി നടന്നു.

ഇല്ല.

ഔട്ടിയാക്ക ദേശത്തിന്റെ വെളിച്ചം ഊതിക്കെടുത്തി. ഇനി ഒരടി മുന്നോട്ടേക്ക് നടക്കാനാവില്ലെന്നാണ് പറഞ്ഞത്.

ഓരോ നീക്കവും അറിയുന്നുണ്ടത്രെ. സ്പന്ദനങ്ങൾപോലും. ഇനിയെന്താണ് ചെയ്യാൻ കഴിയുക?

ആർക്കാണ് തെറ്റുപറ്റിയത്.

പിതാവിനായിരിക്കുമോ?

ഇല്ല. മരണക്കിടക്കയിൽനിന്നും ആരും കളവ് പറയുകയില്ല. കളവു പറഞ്ഞിട്ട് കാര്യവുമില്ല. വേരുകൾ ഉള്ളിടത്തോളം കാലം പോരാളികൾക്ക് മരണമില്ല എന്നാണ് ഔട്ടിയാക്ക പറഞ്ഞത്. ഔട്ടിയാക്കയുടെ വേരടക്കം പിഴുത് കടലിലെറിഞ്ഞുവെന്നാണ് പിതാവ് പറഞ്ഞത്.

എന്നിട്ടിപ്പോൾ..

അങ്ങനെ മട്ടുപ്പാവിൽ ഇരുന്ന് പെൺകുട്ടിയുടെ കഴുത്തുപിടിച്ച് ചുണ്ടുകൾ ചുണ്ടുകളിൽ കോർത്തുവയ്ക്കുമ്പോഴാണ് അങ്ങ് ദൂരെനിന്നും വെളിച്ചം കണ്ടത്.

ഇരുട്ടിനകത്ത് വെളിച്ചമുണ്ടായി. ദിക്കുകൾ തെളിഞ്ഞു. സമാധാനമായി. പെൺകുട്ടിയുടെ ഉടൽഭംഗിയിലൂടെ കൈവിരലുകൾ വിറയലോടെ പരതി നടന്നപ്പോൾ ശരീരം ചൂടുപിടിച്ചു.

വല്ലാത്ത ആവേശമുണ്ടായി. രാജകുമാരിയെ ഇപ്പോൾ തന്നെ കാണണം.

മട്ടുപ്പാവിൽ കയറി നിന്നു.

ചുമലുകൾ ചൊറിഞ്ഞപ്പോൾ ചിറകുകൾ മുളച്ചു. കാലുകൾ ചുരുട്ടിപ്പിടിച്ച് ചിറകുകൾ വിടർത്തി കൈകൾ ആഞ്ഞുവീശിയപ്പോൾ ഉയർന്നു പൊങ്ങി. പറക്കുമ്പോൾ മറ്റൊന്നും കാണുന്നില്ലായിരുന്നു. മനസ്സു നിറയെ സ്വർഗസ്ഥലിയാണ്.

പറന്ന് പറന്ന് സ്വർഗസ്ഥലിയിലെത്തിച്ചേർന്നു.

കവാടം തുറന്നു കിടക്കുകയാണ്.

തല ഉയർത്തിപ്പിടിച്ച്, കാലുകൾ നീട്ടിവെച്ച്, നെഞ്ച് വിടർത്തി, ചെറുചിരിയോടെ നടന്ന് കുളക്കടവിലെത്തിച്ചേർന്നു.

–രാജകുമാരിയുണ്ട്. ആകാശത്തിലേക്ക് നോക്കിയിരിക്കുകയാണ്.

"കാത്തിരിക്കുകയായിരുന്നു."

"ഞാനും."

രാജാവിന്റെ കണ്ണുകളിലേക്ക് കണ്ണുകൾ കോർത്ത്വെച്ച്, കൈകൾ കൂട്ടിപ്പിടിച്ച്, ശരീരം ചേർത്ത് ചെവിയിൽ മന്ത്രിച്ചു.

"എങ്ങനെയുണ്ട് ഖജനാവ്?"

"നിറയുന്നുണ്ട്."

അപ്പോഴാണ് രാജാവിന്റെ തലയിൽനിന്നും ആന ചിന്നം വിളിച്ചത്. തല പൊട്ടിപ്പിളരുന്ന ഒച്ച. ചെവിയടഞ്ഞുപോയി. തല മുറുക്കെപ്പിടിച്ചു. തലയ്ക്കകത്തുനിന്നും മൃഗങ്ങൾ അലറാൻ തുടങ്ങി. കടുവയെയും കാട്ടുപോത്തിനെയും സിംഹത്തെയും കാണുന്നുണ്ട്. അവർ തലച്ചോറ് തിന്നുകയാണ്. ദൂരെനിന്നും ഔട്ടിയാക്ക നടന്നുവരികയാണല്ലോ.... ദേഷ്യംകൊണ്ട് മുഖം ചുകന്നിട്ടുണ്ട്.

"പറഞ്ഞതൊക്കെ മറന്നോ... "ഔട്ടിയാക്കയുടെ മുഖം കത്തുകയാണ്. കത്തുന്ന മുഖത്തിനകത്തു നിന്നും കണ്ണുകൾ തിളങ്ങുന്നുണ്ട്. ശരീരം നിറയെ ചോരയൊലിക്കുന്നുണ്ട്.

"മറന്നുപോയി" വിറയലോടെ മറുപടി പറഞ്ഞു.

"ഇയാൾ ശരിയാകില്ലെന്ന് പറഞ്ഞതല്ലേ..."

മീശ വിറപ്പിച്ചിട്ടാണ് പുലി പറഞ്ഞത്.

അതാ, ക്രൗര്യം നിറഞ്ഞ മുഖത്തോടെ മൃഗങ്ങൾ അടുത്തടുത്തേക്ക് നടന്ന് വരികയാണല്ലോ...

ഇനി രക്ഷയില്ല.

മൃഗങ്ങൾക്ക് ഭക്ഷണമാകും.

രാജാവ് ഓടാൻ തുടങ്ങി. രക്ഷപ്പെടണം. ഔട്ടിയാക്കയുടെ വലയത്തിനപ്പുറത്തേക്ക് പറക്കണം. ചുമലുകൾ ചൊറിഞ്ഞു. ചിറകുകൾ മുളക്കുന്നില്ലല്ലോ.

"എന്തു പറ്റിയെന്റെ രാജാവേ..."

ചുമൽ പിടിച്ച് കുലുക്കി രാജകുമാരിയുടെ ചോദ്യം കേട്ടപ്പോഴാണ് സ്ഥലകാലബോധമുണ്ടായത്. വിളറിയ മുഖത്തോടെ ചുറ്റുപാടും നോക്കി.

"ഔട്ടിയാക്ക...."

രാജാവ് പറയുന്നത് കേട്ടപ്പോൾ രാജകുമാരി കുലുങ്ങിച്ചിരിച്ചു. ചിരി അടങ്ങുന്നേയില്ല.

"രാജാവേ... നിങ്ങൾക്ക് സമനില തെറ്റിയോ? ഈ മണ്ണിൽ മറ്റൊരാൾക്കും കാൽവിരലുകൾ ആഴ്ത്തിവെക്കാനാവില്ല. ഞങ്ങളുടെ വരുതിയിലാണ് ആകാശവും ഗോളങ്ങളും മനുഷ്യന്മാരുടെ സ്വപ്നങ്ങളും.. ആർക്കും ഇങ്ങോട്ടേക്ക് പട നയിക്കാനാവില്ല. അങ്ങോട്ടേക്ക് പട നയിച്ച ചരിത്രമേയുള്ളൂ. ഇഷ്ടമില്ലാത്തവരെ കൊന്നുകുഴിച്ചുമൂടി. ഇഷ്ടമില്ലാത്ത രാജ്യങ്ങൾ ഇല്ലാതാക്കി. രാജാക്കന്മാരെ തൂക്കിക്കൊന്നു. ഞങ്ങളെല്ലാം അറിയുന്നവരാണ്. ആകാശത്തിലൂടെ പറക്കുന്നവരേയും ഭൂമിയിൽ നടക്കുന്നവരേയും ഞങ്ങൾ കാണുന്നുണ്ട്; അറിയുന്നുണ്ട്. അതുകൊണ്ട് രാജാവ് പേടിക്കേണ്ട."

"നാളുകളേറെയായി ഉറങ്ങിയിട്ട്. സമാധാനവുമില്ല."

കൈകൂപ്പിക്കൊണ്ടാണ് പറഞ്ഞത്.

ശരീരത്തിലേക്ക് രാജാവിനെ ചേർത്തുപിടിച്ചു. ഔട്ടിയാക്കയുടെ വിചാരണയെക്കുറിച്ച് പറയാനൊരുങ്ങുമ്പോൾ ചുണ്ടുകൾ ചുണ്ടുകളിൽ രാജകുമാരി അമർത്തിവെച്ചു.

"പറയേണ്ട. എല്ലാം അറിയുന്നവളാണ് സ്വർഗസ്ഥലി." രാജാവിനെ ചേർത്തുപിടിച്ചു. ശരീരം ശരീരത്തിലേക്ക് ആഴ്ന്നിറങ്ങുന്ന സന്ദിഗ്ധതയുടെ മൂർഛയിൽ വിറയലോടെ രാജകുമാരി ചോദിച്ചു. "പേടി മാറിയോ?"

രാജാവ് തലയനക്കി.

ഇത്രകണ്ട് സ്നേഹിക്കുന്നതെന്തിനാണ്?

ഒന്നും പറയാതെ സീൽക്കാരത്തിന്റെ ഒച്ചയുണ്ടാക്കി അവർ ചിരിച്ചു. ചെവിയിൽ നാവ് ചുഴറ്റി ഇക്കിളിയാക്കി. രാജാവിനെ കെട്ടിപ്പിടിച്ചു. ഇരുവരും പറക്കാൻ തുടങ്ങി. പല കാഴ്ചകളും രാജാവിന് കാണിച്ചുകൊടുത്തു. ഇതുവരെ കാണാത്ത കാഴ്ചകളായിരുന്നു.

ആകാശത്തിലൂടെ, ഭൂമിയിലൂടെ, പർവതങ്ങളിലൂടെ, കായലിലൂടെ, വനത്തിലൂടെ, താഴ്വരയിലൂടെ, മരുപ്പച്ചയിലൂടെ, കാലത്തിലൂടെ, പുഴയിലൂടെ, മലയിലൂടെ, ജീവിതത്തിലൂടെ ഇരുവരും കെട്ടിമറിഞ്ഞു. സ്വർഗസ്ഥലി വാപിളർത്തി. രാജാവിന്റെ ശരീരവും ഉടയാഭരണങ്ങളും കൊട്ടാരവും ആകാശവും ഭൂമിയും വയലും വനവും കാലവും സ്വപ്നങ്ങളും പർവതങ്ങളും മലനിരകളും താഴ്വരകളും മരപ്പച്ചകളും രാജകുമാരിയുടെ വായിലേക്ക് കയറി. എല്ലാം അവർ വിഴുങ്ങി.

അന്നേരം ഭൂമി കറുത്തു. ആകാശവും ലോകവും കറുത്തു.

"ഒന്നും കാണ്ന്നീല്ലല്ലോ..."

ആദി പിടിച്ച രാജാവിന്റെ ചോദ്യത്തിന് സ്വർഗസ്ഥലി കുലുങ്ങി ചിരിച്ചു.

"ഇങ്ങനെ ചിരിക്കല്ലെന്റെ പൊന്നേ..."

"ഹെന്തേ..."

"പേടിയാവുന്നു."

"രാജാക്കന്മാർ പേടിക്കരുത്. അവർ ആനയെപ്പോലെ നെഞ്ച് വിടർത്തി, മണ്ണിൽ കാലുകൾ അമർത്തിത്താഴ്ത്തി, നടക്കണം. നടത്തം കണ്ട് കാഴ്ച

ക്കാർക്ക് പേടിയുണ്ടാകണം. പേടിപ്പിച്ചാലേ ഭരിക്കാനാകൂ. ആരുടെ വിരലും ഉയരില്ല. ചോദ്യം ചെയ്യാൻ അനുവദിച്ചാൽ സിംഹാസനത്തിന്റെ കാലിളകും. ഭൂമിയിൽ നമ്മൾ പ്രജാപതിമാരാണ്. ദൈവം തന്ന അനുഗ്രഹമാണിത്. ദൈവത്തിന്റെ പ്രതിപുരുഷനെന്നു പറയാം. അങ്ങനെയാണ് മഹാൻ പറഞ്ഞത്."

"ആരാണ്?"

"എന്റെ മുത്തച്ഛന്റെ മുത്തച്ഛൻ."

ഇരുവരും ചിരിച്ചു.

"പേടി മാറിയോ?"

"ങ്ഹാ...ഹാ..."

വിയർപ്പിൽ കുളിച്ച്, നിശ്ചലരായി മലർന്ന് കിടന്ന് ആകാശത്തിലേക്ക് ഇരുവരും നോക്കി. തലമുടികൾക്കിടയിലൂടെ വിരലുകളോടിച്ച് രാജകുമാരി പറയുവാൻ തുടങ്ങി.

"നിങ്ങൾക്ക് തോന്നുമ്പോഴാണ്, ഉണരുമ്പോഴാണ് ഇവിടേക്ക് വരുന്നത്. അതുവരെ നിങ്ങളുടെ വരവിനായി എപ്പോഴും കാത്തിരിക്കും. കാത്തിരിപ്പിന്റെ ആഴം മറ്റൊരാൾക്ക് പറഞ്ഞാൽ മനസിലാവില്ല. കാത്തിരിപ്പുകൾ സ്നേഹംകൊണ്ടാണ് ഉണ്ടാവുന്നത്. സ്നേഹം വേദനയുടെ മരുന്നു പുരട്ടലാണ്. തോന്നുമ്പോഴൊക്കെ നമുക്കന്യോന്യം കാണണം. ഉണരുമ്പോഴൊക്കെ തൊട്ടറിയണം. അതിന് പാതയൊരുക്കണം. തീവണ്ടി വരാനുള്ള പാത. തീവണ്ടിയിൽ കയറി അങ്ങോട്ടുമിങ്ങോട്ടും യാത്രചെയ്യാം. സമ്മാനങ്ങൾ കൈമാറാം. അന്യോന്യം പങ്കുവെക്കാം. പങ്ക് കച്ചവടക്കാരാകാം. എങ്കിലേ നമ്മുടെ സ്നേഹത്തിന് വിലയിടാനാകൂ... വില കൽപ്പിക്കാത്ത ഒന്നിനും മൂല്യമുണ്ടാകില്ല എന്ന കാര്യം നിങ്ങൾക്കറിയോ.. പങ്കുവെയ്ക്കുമ്പോഴാണ് നമ്മൾ തമ്മിൽ കരാറുണ്ടാകുന്നത്. എന്താണ് നിങ്ങളുടെ അഭിപ്രായം?"

"അടിയങ്ങളുടെ ഭാഗ്യം."

രാജാവ് കൈകൂപ്പിക്കൊണ്ട് സ്വർഗസ്ഥലിയുടെ കാലുകൾ നക്കുവാൻ തുടങ്ങി.

സ്വർഗസ്ഥലിയുടെ ചിരിയൊച്ച കേൾക്കാം.

15

തീവണ്ടി

രാജാവിനെ നടുമുറ്റത്ത് ഇരുത്തി.

ചുറ്റുപാടും ശെയ്ത്താൻമാർ ഓടി നടക്കുന്നുണ്ട്. പാട്ടുപാടുന്നുണ്ട്. രാജാവിന്റെ അരികിൽ വട്ടച്ചെമ്പ് വെച്ചു. ചെമ്പിൽ നിറയെ ചൂടുവെള്ളമാണ്. ചൂടുവെള്ളത്തിൽ പനിനീർപ്പൂവുകൾ നിറച്ചു. പനിനീർപ്പൂവിന്റെ മണം അന്തരീക്ഷത്തിൽ നിറഞ്ഞു.

വട്ടചെമ്പിൽനിന്നും കോരിയെടുത്ത പനിനീര് വെള്ളം രാജാവിന്റെ തലയിൽ ഒഴിച്ചത് മൂത്ത ശൈയ്ത്താനായിരുന്നു. മൂത്ത ശൈയ്ത്താന്റെ ആജ്ഞകൾ അനുസരിക്കുവാൻ ചുറ്റുപാടും കുട്ടിശൈയ്ത്താന്മാരുണ്ട്. പറയുന്ന കാര്യങ്ങൾ ഓരോരുത്തരായി ചെയ്യുന്നുണ്ടായിരുന്നു.

മസാലചേർത്ത പോത്ത് ബിരിയാണിയുടെ മണം മൂക്കിൽ തുളച്ചു കയറുന്നുണ്ട്. തീവണ്ടി പോകാനുള്ള പാളങ്ങളുണ്ടാക്കിയ ശേഷമേ ഭക്ഷണം നൽകുകയുള്ളൂയെന്നാണ് മൂത്തശൈയ്ത്താൻ പറഞ്ഞത്. രാജാവിന്റെ ശരീരത്തിൽ പറ്റിപ്പിടിച്ച കുളിവെള്ളം ഒപ്പിയെടുത്തശേഷം സുഗന്ധങ്ങൾ പൂശി. ഭൂമിയിൽ കിട്ടുന്നതിൽ ഏറ്റവും വിശിഷ്ടമായ സുഗന്ധമാണിത്.

നിറയെ ചൊറയും വരകളുമുള്ള രാജാവിന്റെ തലവരയുടെ ആധാരക്കെട്ട് മൂത്തശൈയ്ത്താൻ നിവർത്തി നോക്കുകയാണ്. തലവരയുടെ ആധാരക്കെട്ട് ദൈവത്തിന്റെ പത്തായപ്പുരയിൽനിന്നും മോഷ്ടിച്ചതാണ്. ഓരോ മനുഷ്യനും ഓരോ ആധാരക്കെട്ടുണ്ട്. അവൻ ഏതുരീതിയിൽ ജീവിക്കണമെന്നും എന്ത് സുഖം അനുഭവിക്കണമെന്നും എന്ത് ചെയ്യുമെന്നും ആധാരക്കെട്ടിലാണ് എഴുതിവെച്ചിരിക്കുന്നത്. ദൈവത്തിന്റെ പത്തായപ്പുരയിലാണ് മനുഷ്യന്മാരുടെ ആധാരക്കെട്ട് സൂക്ഷിച്ചിരിക്കുന്നത്. അതിന് കാവലുണ്ട്. നരകത്തിന്റെ കാവൽക്കാർക്കാണ് ചുമതല.

കാലവും നേരവും നോക്കി മൂത്തശൈയ്ത്താൻ അതിവിദഗ്ധമായി

മോഷ്ടിക്കുകയായിരുന്നു. എല്ലാം അറിയുന്ന ദൈവം മോഷ്ടിച്ച കാര്യം അറിഞ്ഞിട്ടും അനങ്ങിയില്ല.

ആധാരക്കെട്ടിനകത്തെ വചനങ്ങൾ മൂത്ത ശൈയ്ത്താൻ ആവർത്തിച്ച് വായിക്കുകയാണ്. മുഖത്ത് വിവിധ ഭാവങ്ങൾ മിന്നിമറയുന്നുണ്ട്. ചൊറയും വരയുമുള്ള ഒരു ഭാഗത്ത് വിരൽ അമർത്തിവെച്ച് അലറിച്ചിരിച്ചു. എന്നിട്ട് രാജാവിന്റെ തല തൊട്ടുഴിഞ്ഞു. തലയുടെ നീളവും വീതിയും ഉയരവും കനവും കൂട്ടിക്കിഴിച്ച്, ഹരിച്ച്, ഗുണിച്ച് കിട്ടിയ ഇടത്ത് കൈവിരൽ അമർത്തിവെച്ചു. കണ്ണടച്ച് ജപിച്ചശേഷം തലയിലൂതി.

ആ സമയത്താണ് തെങ്ങോലയുടെ മുകളിൽ കറുത്ത കാക്ക പറന്നുവന്ന് ഇരുന്നത്. രാജാവിനെ കാക്ക തുറിച്ചുനോക്കി. കാക്കയുടെ കണ്ണുകളിൽ കനലെരിയുന്നുണ്ട്. വാ പിളർത്തി 'കാ...കാ...'യെന്ന് കരഞ്ഞുകൊണ്ടേയിരുന്നു.

മൂത്ത ശൈയ്ത്താൻ ജപമന്ത്രം ഉറക്കെ ചൊല്ലി. കുട്ടിശൈയ്ത്താന്മാർ ഏറ്റുചൊല്ലി. കീർത്തനങ്ങൾ അന്തരീക്ഷത്തിൽ കനത്തു.

അന്നേരം കാക്കയുടെ തല വളരുവാൻ തുടങ്ങി. കാക്കയുടെ തല പൂച്ചയുടെ തലയുടെയത്ര വലിപ്പമായി. പിന്നെയും വളർന്ന് പശുവിന്റെ തലയുടെ അത്രയായി. പിന്നെയും വളർന്ന് ആനത്തലയായി. കണ്ണുകൾ തീക്കട്ടയായി. കാലുകൾ വളർന്ന് കുതിരക്കാലുകളായി. നഖങ്ങൾക്ക് മൂർച്ച കൂടി. ചുകന്ന നാവിൽ വിഷപ്പാമ്പ് പത്തിവിടർത്തി.

രാജാവിന്റെ തലയ്ക്ക് ചുറ്റും കാക്ക പറക്കാൻ തുടങ്ങി. കാക്കയുടെ പറക്കലിനൊത്ത് മൂത്ത ശൈയ്ത്താന്റെയും കുട്ടി ശൈയ്ത്താന്മാരുടെയും ജപമന്ത്രങ്ങൾക്ക് മൂർച്ച കൂടുന്നുണ്ടായിരുന്നു. കാക്ക ഉറക്കെ ചിരിച്ചു.

അങ്ങനെ പറന്നുപറന്ന് രാജാവിന്റെ തലയിൽ കാക്ക ഇരുന്നു. ചുറ്റുപാടും നോക്കി മുരണ്ടു. കാലുകൾക്കിടയിൽ തല ഇറുക്കിപ്പിടിച്ചു, മൂത്ത ശൈയ്ത്താൻ അടയാളം വെച്ചയിടത്ത് ആഞ്ഞുകൊത്തി. രാജാവിന് വേദനിച്ചു. ഉറക്കെ നിലവിളിച്ചു. കരച്ചിൽ കേട്ടപ്പോൾ ശൈയ്ത്താന്മാര് സ്വർഗസ്ഥലിയുടെ കഥ പറഞ്ഞുകൊടുത്തു.

"തീവണ്ടി പോകാനുള്ള പാളങ്ങളുണ്ടാക്കണ്ടേ..."

"അങ്ങോട്ടും ഇങ്ങോട്ടേക്കും യാത്ര ചെയ്യേണ്ടേ... സമ്മാനങ്ങൾ കൈമാറേണ്ടേ..."

അന്നേരം വേദന അലിഞ്ഞില്ലാതായി.

തല പിളരാത്തതിൽ കാക്കക്ക് ദേഷ്യം വന്നു. കാക്കയുടെ മുഖം ചുകന്നു. കാക്ക മുരണ്ടു. കാലുകൾക്കിടയിൽ തല ചുരുട്ടിപ്പിടിച്ച് ആഞ്ഞുകൊത്തിയപ്പോൾ തല പിളർന്നു. ചോരയൊഴുകി. കാക്ക ചോര കുടിച്ചു. സന്തോഷത്തോടെ ചിരിച്ചു.

ചുറ്റുപാടുകളിൽനിന്നും കരച്ചിലോടെ അനേകം കാക്കകൾ പറന്നുവന്ന് തലയിലെ ദ്വാരത്തിലേക്ക് കയറിപ്പോയി.

അങ്ങനെ കാക്കകൾ –

തീവണ്ടി പോകാനുള്ള പാളങ്ങളുണ്ടാക്കി. പാളങ്ങളുടെ ബലം ഉറപ്പുവരുത്തി. ഇതാ ഇപ്പോൾ തീവണ്ടി വരും.

സീൽക്കാരത്തോടെയാണ് തീവണ്ടി വന്നത്. തീവണ്ടിയുടെ കാലുകൾ കുതിരക്കാലുകളായി. കുതിരശക്തിയുണ്ടായി. രാജാവിന്റെ തലയ്ക്കകത്തുനിന്നും തീവണ്ടി കടകട ഒച്ചയോടെ ഓടാൻ തുടങ്ങി. തീവണ്ടിയുടെ കുലുക്കത്തിനൊത്ത് തല വേദനിച്ചു. കരച്ചിലോടെ തല പൊത്തിപ്പിടിച്ച് ഓടാൻ തുടങ്ങി. അതുകണ്ട് രാജകുമാരി ചിരിച്ചു.

–പിന്നെപ്പോഴോ തീവണ്ടി നിന്നു.

തീവണ്ടിയുടെ വാതിൽ തുറന്ന് രാജകുമാരി പുറത്തേക്കിറങ്ങി.

രാജകുമാരിയെ കണ്ടപ്പോൾ വേദന അലിഞ്ഞില്ലാതായി.

"എന്തൊക്കെയുണ്ട് രാജാവേ വിശേഷങ്ങള്..."

വേദനിക്കുന്ന തല രാജകുമാരി തടവിക്കൊടുത്തു. നെറ്റിയിൽ ചുംബിച്ചു. രാജാവിന്റെ അരികിൽ ചേർന്നിരുന്നു. തല മടിയിൽവെച്ച് തലോടിയപ്പോൾ വേദന അലിഞ്ഞില്ലാതായി.

"വേദന മാറിയോ..." രാജകുമാരി ചോദിച്ചു.

തലയനക്കിപ്പോയെന്ന് പറഞ്ഞു.

"കൊണ്ടുവന്ന സമ്മാനങ്ങൾ കാണണ്ടേ...?"

തീവണ്ടിയുടെ വാതിൽ തുറന്നു. പല നിറത്തിലുള്ള അരിയാണ് രാജകുമാരി കൊണ്ടുവന്നത്. പച്ചയും നീലയും കറുപ്പും ചുകപ്പും ഓറഞ്ചും വയലറ്റും നിറമുള്ള അരികൾ! അരികൊണ്ട് ഉണ്ടാക്കിയ പല നിറത്തിലുള്ള ചോറ് മേശപ്പുറത്ത് വിളമ്പിയത് രാജകുമാരിയായിരുന്നു. തീൻമേശക്ക് അപ്പുറവും ഇപ്പുറവും അവർ ഇരുന്നു. നിറങ്ങളുടെ കൊളാഷ് രൂപത്തിലുള്ള ചോറ് വാരിക്കോരിക്കഴിച്ചു.

സ്വർഗസ്ഥലിരാജകുമാരിയുടെ സ്നേഹംകൊണ്ടാണ് ഇങ്ങനെയുള്ള ചോറ് തിന്നാൻ കഴിയുന്നുവെന്ന് രാജാവ് പറഞ്ഞപ്പോൾ രാജകുമാരി തിരുത്തി.

"സ്വർഗസ്ഥലിയുടെ ദയ കൊണ്ട്."

"ഇനിയെന്നാണ് കാണുക?"

"ഇനിയെപ്പോഴും കാണാമല്ലോ... വരുമ്പോഴൊക്കെ സമ്മാനങ്ങളുണ്ടാകും. അതിനല്ലേ പാളങ്ങളുണ്ടാക്കിയത്."

"അടിയങ്ങള്ടെ ഭാഗ്യം."

രാജാവിന്റെ മുന്നിലേക്ക് രാജകുമാരി കാലുകൾ നീട്ടി വെച്ചു. തല താഴ്ത്തി രാജാവ് കാല് നക്കാൻ തുടങ്ങി. നക്കിനക്കി വെളുപ്പിച്ചു. രാജകുമാരി കുലുങ്ങിച്ചിരിക്കുന്നുണ്ടായിരുന്നു.

"ഇനിയെന്താണ് ചെയ്യേണ്ടത്?" രാജാവ് ചോദിച്ചു.

ഒരുനിമിഷം ആലോചിച്ച് ഉറപ്പിച്ചശേഷം രാജകുമാരി പറഞ്ഞു.

"നിങ്ങൾ ഉപേക്ഷിച്ച തരിശുവയലുകളും വിത്തുകളുമാണ് എനിക്ക് വേണ്ടത്."

രാജകുമാരിയുടെ പറച്ചില് കേട്ടപ്പോൾ രാജാവിന് ചിരിവന്നു.

“ഇനിയെന്തിനാണ് ഞങ്ങൾക്ക് വയലും വിത്തും. ഒക്കെത്തരാം. വിളയിക്കുന്നതിന്റെ പകുതി വിലയ്ക്കു രാജകുമാരിയുടെ അരി തരുമല്ലോ. അതുമതി.”

ഇരുവരും കുലുങ്ങി ചിരിച്ചു.

“വയലുകൾ ഉപേക്ഷിച്ച് നിറങ്ങളുടെ അരിക്ക് വരിവരിയായി കാത്തുനിൽക്കുന്ന കാലമാണ് വരാൻ പോകുന്നത്” രാജാവ് കൂട്ടിച്ചേർത്തു.

അങ്ങനെ സ്വർഗസ്ഥലിയിൽനിന്നും പലനിറത്തിലുള്ള അരികൾ ദേശത്തിലേക്ക് ഇറക്കുമതി ചെയ്തു. എന്നിട്ട് വയലുകളും വിത്തുകളും തീവണ്ടിയിൽ കയറ്റി.

തീവണ്ടിയിൽ രാജകുമാരി കയറി. വാതിലുകൾ അടഞ്ഞു. കൈകൾ വീശി, യാത്രാനുമതി തേടി.

തീവണ്ടിക്ക് കാലുകൾ മുളച്ചു. കുതിരക്കാലുകളായി. കുതിരശക്തിയായി. തീവണ്ടി ഓടുവാൻ തുടങ്ങി. രാജാവിന്റെ തല വേദനിച്ചു. വേദനകൊണ്ട് നിലവിളിച്ചു. ആ നിലവിളിയിൽ രാജകുമാരി ചിരിക്കുന്നത് രാജാവ് കേൾക്കുന്നുണ്ടായിരുന്നു.

16

മുട്ടവിരിയിക്കുന്ന പെൺകുട്ടികൾ

തൈക്കാട്ടുപുരയുടെ മുകളിൽ വട്ടം കറങ്ങുന്ന കാറ്റ് വിശേഷങ്ങളറിയാൻ മുക്കിലും മൂലയിലും പരതി നടക്കുമ്പോഴാണ് പെൺകുട്ടികളുടെ വയറ്റിൽ മുട്ട വിരിയാത്തതിന്റെ പുകില് അറിയുന്നത്. തൈക്കാട്ടുപുരയിലേക്ക് രാജാവ് ഇപ്പോൾ വരാറേയില്ല. അതുകൊണ്ട് തന്നെയാണ് പെൺകുട്ടികളുടെ വയറ്റിൽ മുട്ട വിരിയാത്തതും. വിരിയാത്ത വയറ് നോക്കി അവർ സങ്കടപ്പെട്ടു.

മുട്ട വിരിഞ്ഞാൽ മാത്രമേ പെൺകുട്ടികൾക്ക് കൊട്ടാരജോലി ലഭിക്കുകയുള്ളൂ.

കുളിച്ച് സുന്ദരികളായി സുഗന്ധങ്ങൾ പൂശി, പുതുവസ്ത്രങ്ങൾ ധരിച്ച് രാജാവിനെ കാത്ത് ഇരുന്നു. എന്നാൽ സ്വർഗസ്ഥലിയിലേക്ക് പറന്നുപോകുന്ന രാജാവിനെയാണ് അവർ കാണാറുള്ളത്. പറന്നുപോകുന്ന രാജാവിനെ കൈകൾ നീട്ടി വിളിക്കും.

"രാജാവേ നല്ല സുഖം തരാം" പെൺകുട്ടികൾ ആർത്തുവിളിച്ചു പറയുമ്പോൾ തലചെരിച്ച് നോക്കി യാത്ര തുടരുകയാണ് പതിവ്. ചിലപ്പോൾ തീവണ്ടിയിലായിരിക്കും യാത്ര. ശൈയ്ത്താന്റെ മുഖമായിരിക്കും തീവണ്ടിക്ക്. പെൺകുട്ടികളെ കണ്ടാൽ കനലെരിയുന്ന കണ്ണുകളോടെ തീവണ്ടി തുറിച്ചുനോക്കും. പേടിയോടെ പുരയിലേക്ക് കയറി വാതിൽ അടക്കും.

"ഇനിയെന്താണ് വഴി?"

അവർ അന്യോന്യം ചോദിച്ചു.

അങ്ങനെ ദീർഘനിശ്വാസം കൊണ്ടിരിക്കുന്ന നേരത്താണ് കാറ്റ് ഇറങ്ങിവന്ന് പെൺകുട്ടികളുടെ ചെവികളിൽ ചൂളം വിളിച്ചത്. കാര്യമെന്താണെന്ന് കാറ്റ് ചോദിച്ചപ്പോൾ കരച്ചിലോടെ അവർ കഥ പറഞ്ഞുകൊടുത്തു. ആകാശത്തിലേക്ക് കാറ്റ് പറന്നുപോയി ഔട്ടിയാക്കയോട്

തൈക്കാട്ടുകഥ പറഞ്ഞു. ഭൂമിയിലേക്ക് ഔട്ടിയാക്ക ഇറങ്ങിവന്നു. അടുത്തെത്തിയപ്പോഴാണ് പെൺകുട്ടികൾക്ക് ആളെ മനസിലായത്.

"ഔട്ടിയാക്ക..."

അവർ ആർത്തുവിളിച്ചു.

ഔട്ടിയാക്കയോട് അവർ കഥ പറഞ്ഞു. കഥകേട്ട ഔട്ടിയാക്ക ദൈവത്തിന്റെ വെളിപാടിനായി ആകാശത്തിലേക്ക് നോക്കി. വെളിപാട് വായിച്ചശേഷം പുഞ്ചിരിച്ചു. ആകാശത്തിലേക്ക് കൈ ഉയർത്തി എന്തൊക്കെയോ ജപിച്ചൂതി. അന്നേരം കാറ്റ് ഇറങ്ങി വന്ന് തൈക്കാട്ടുപുരയ്ക്ക് ചുറ്റും ചൂളം വിളിയോടെ പാഞ്ഞുനടന്നു. ഓരോ ഇടവും പരതിനടന്നു പുരയുടെ അകത്തേക്ക് കയറി ഓടുകൾ പറിച്ചെറിഞ്ഞു. ഓടുകൾ പറന്നു. ഇരപിടിച്ച പാമ്പിനെപ്പോലെ കിടക്കുന്ന ഏണിയുടെ വേരുകൾ പറിച്ചു. ഏണി ചെരിഞ്ഞുവീണു. അന്നേരം ഏണിക്ക് കാലുകൾ മുളച്ചു. ഏണി നടക്കാൻ തുടങ്ങി. നടന്നുനടന്ന് കടൽക്കരയിലെത്തിച്ചേർന്നു. കടലിലേക്കിറങ്ങി. വാപിളർത്തിയ കടൽ ഏണിയെ വിഴുങ്ങി.

രാജാവിന്റെ ഉറക്കറയിലേക്ക് കാറ്റ് പാഞ്ഞുകയറി. സൗഭാഗ്യങ്ങൾ കണ്ട് അത്ഭുതപ്പെട്ടു. പെൺകുട്ടികളുടെ വയറ്റിൽ മുട്ട വിരിയിക്കുന്ന കട്ടിലാണിത്. കാറ്റ് മുറുമുറുത്തു. മനസിൽ ദേഷ്യം വളർന്നു. കാറ്റ് അലറിയപ്പോൾ തൈക്കാട്ടുപുര വിറച്ചു.

കൊത്തുപണികളുടെ സമൃദ്ധമായ കട്ടിൽ പറിച്ചെടുത്ത് ദൂരേക്ക് എറിഞ്ഞു. പരവതാനിയും ബെൽജിയം കണ്ണാടിയും ചുമരിലെ ശൃംഗാര കൊത്തുവേലകളെല്ലാം ഉടച്ചു. പെൺകുട്ടികളുടെ വസ്ത്രങ്ങളും സുഗന്ധലേപനങ്ങളും വാരിവലിച്ച് അടുപ്പിലിട്ടു. അടുപ്പൂതി. തീ ആളിക്കത്തി. അടുക്കളയിലെ പാത്രങ്ങൾ എറിഞ്ഞുടച്ചു. തൈക്കാട്ടുപുര പൊരിച്ചെടുത്തു. ചെരിഞ്ഞു വീണു. കാറ്റിന്റെ ശൗര്യം അടങ്ങുന്നേയില്ല. പെൺകുട്ടികളുടെ കാലുകൾ കൂട്ടിപ്പിടിച്ച് ആകാശത്തിലേക്കുയർത്തി കാറ്റ് പറക്കാൻ തുടങ്ങി.

"ഔട്ടിയാക്കാ... രക്ഷിക്കണേ..."

ആകാശത്തിലേക്ക് പെൺകുട്ടികൾ ഉയർന്നു പൊങ്ങി. അവരുടെ തലകൾ ഭൂമിയിലേക്ക് താഴ്ന്നു കിടക്കുന്നുണ്ടായിരുന്നു. കാറ്റ് പറന്ന് കടൽക്കരയിലെത്തിച്ചേർന്നു. കടലിന്റെ കൈകൾ ആകാശത്തിലേക്ക് വളർന്നു പൊങ്ങി. കടൽ അലറി. പെൺകുട്ടികളെ കടൽ കൂട്ടിപ്പിടിച്ചു. വിഴുങ്ങി.

തൈക്കാട്ടുപുരയുടെ മണ്ണിലൂടെ കാറ്റ് പരക്കം പായാൻ തുടങ്ങി. മണ്ണ് കിളച്ചു. ആകാശത്തിലേക്ക് തൈക്കാട്ടുപുര ഉയർത്തി പറപ്പിച്ചു.

അന്നേരം ആകാശത്തിൽ ചോരവരയുണ്ടായി. ചോരവര വളർന്ന് ചോരപ്പാടമായി. ചോരപ്പാടത്തിലൂടെ ചോരയൊഴുകി. ഭൂമിയിൽ ചോരമഴ പെയ്തു. കൊട്ടാരവും ഭൂമിയും പ്രഭുക്കളും പ്രജകളും ഭൃത്യന്മാരും ചോരയിൽ കുളിച്ചു.

"നിശ്ചയം അത് സംഭവിച്ചിരിക്കും."

ആകാശത്തിലേക്ക് ദൃഷ്ടികൾ പായിച്ചുകൊണ്ട് ഔട്ടിയാക്ക പറഞ്ഞപ്പോൾ കാറ്റ് തലയനക്കി.

കുറച്ചുസമയം കഴിഞ്ഞപ്പോൾ ആകാശം നേർരേഖയിലായി. തൈക്കാട്ടുപുരയുടെ മണ്ണ് മുകളിലേക്ക് ഉയരുവാൻ തുടങ്ങി. ഉയർന്ന് ഉയർന്ന് കുന്നുണ്ടായി. അതൊരു മലയായി.

അങ്ങനെയാണ് ദേശത്ത് തൈക്കാട്ടുമലയുണ്ടായത്.

17

അധിനിവേശത്തിന്റെ കക്കൂസുകൾ

സ്വർഗസ്ഥലിയിൽനിന്നും വന്ന യന്ത്രവിദ്വാന്മാരെ സ്വീകരിച്ചാനയിച്ച് ഇരുത്തി. അവർ നടപ്പിലാക്കാൻ പോകുന്ന പുതിയ നിയമത്തെക്കുറിച്ച് കേട്ടപ്പോഴാണ് രാജാവിന് ചിരി വന്നത്. വന്ന ചിരി അടക്കിപ്പിടിച്ചു. ആതിഥ്യമര്യാദ പാലിക്കണം. കളിയാക്കി ചിരിക്കുന്നതെന്ന് വിചാരിക്കും.

കൊട്ടാരത്തിലെ അകത്തെ മുറിയിലേക്ക് ഓടിക്കയറി. വാതിലടച്ചു. വാ പൊത്തിപ്പിടിച്ച് ചിരിച്ചു. അപ്പോഴാണ് തലയ്ക്കകത്തു നിന്നും തീവണ്ടി ഓടുവാൻ തുടങ്ങിയത്. കുതിരക്കാലുകളുള്ള തീവണ്ടി പരക്കം പായുകയാണ്.

അങ്ങനെ ഓടിവന്ന തീവണ്ടി രാജാവിന്റെ മുന്നിൽ വന്നു നിന്നു. ചിരിയോടെ രാജകുമാരി ഇറങ്ങി. രാജകുമാരിയെ കണ്ടപ്പോൾ ചിരിച്ചുകൊണ്ട് നടപ്പിലാക്കാൻ പോകുന്ന പുതിയ നിയമത്തെക്കുറിച്ച് രാജാവ് തമാശ പറഞ്ഞു. എന്നാൽ രാജകുമാരി പൊട്ടിച്ചിരിച്ചില്ല, ഗൗരവത്തിലാണ്. തലയനക്കി കേട്ടശേഷം നടപ്പിലാക്കാൻ പോകുന്ന പുതിയ നിയമത്തെക്കുറിച്ച് രാജകുമാരി വിസ്തരിച്ച് പറഞ്ഞുകൊടുത്തു. രാജാവിന് അപ്പോഴാണ് കാര്യം മനസിലായത്.

"ഞാൻ ഇത്രക്ക് വിചാരിച്ചില്ല."

"യന്ത്രവിദ്വാന്മാർ സഹായിക്കും."

"അടിയങ്ങള്ടെ ഭാഗ്യം."

രാജാവ് കൈകൂപ്പി.

സ്വർഗസ്ഥലി തീവണ്ടിയിൽ കയറി. കിളിവാതിൽ തുറന്നു. രാജാവിനു നേരെ വീശി. രാജാവും കൈവീശി. തീവണ്ടി കൂക്കി പായുകയാണ്. തീവണ്ടിക്ക് വല്ലാത്ത വേഗതയുണ്ടായിരുന്നു.

പുതിയനിയമത്തെക്കുറിച്ച് മന്ത്രിസഭയിൽ ചർച്ചചെയ്തു. സ്വർഗസ്ഥ

ലിയുടെ ബുദ്ധിവൈഭവത്തെക്കുറിച്ചും ഭരണപാടവത്തെക്കുറിച്ചും മന്ത്രിസഭ പുകഴ്ത്തി പറഞ്ഞപ്പോൾ രാജാവിന് സന്തോഷമുണ്ടായി.

അങ്ങനെയാണ് തീട്ടനികുതിയുണ്ടാകുന്നത്.

ദേശത്തിലെ എല്ലാ കക്കൂസിന്റെയും ചുമരുകളിൽ ഘടിപ്പിക്കാനുള്ള മീറ്റർ സൗജന്യമായിട്ടാണ് സ്വർഗസ്ഥലി നൽകിയത്. മീറ്ററിന് വില വാങ്ങിയില്ല. നികുതി പിരിക്കാനും, കൃത്യമായ കണക്ക് സൂക്ഷിച്ച് ക്രയവിക്രയം നടത്തി സഹായിക്കാനും യന്ത്രവിദ്വന്മാരെ അയച്ചുതന്നു.

രാജ്യത്ത് എത്ര കക്കൂസുണ്ടെന്നും, എത്ര കുടുംബമുണ്ടെന്നുമുള്ള സ്ഥിതിവിവരണക്കണക്ക് സ്വർഗസ്ഥലിയുടെ കൈവശമുണ്ടായിരുന്നു. ദേശത്തിന്റെ കൈയിൽപ്പോലും കണക്കില്ല. കക്കൂസില്ലാത്തവർക്ക് സൗജന്യമായി നിർമിച്ചു കൊടുക്കുന്നുമുണ്ട്.

ഇത്രകണ്ട് സ്നേഹിക്കുന്നതെന്തിനാണ്...

ദേശത്തിന്റെ ഭാഗ്യം! അല്ലാതെന്ത് പറയാൻ. ദേശത്തിന്റെ സൗഭാഗ്യത്തിനുവേണ്ടി പെടാപ്പാട് പെടുന്ന സ്വർഗസ്ഥലിയുടെ കാലുകഴുകി വെള്ളം കുടിക്കണം. രാജ്യത്തിന്റെ എല്ലാ കാര്യങ്ങളും അന്വേഷിക്കും. കൃത്യമായ അഭിപ്രായങ്ങളും പോംവഴികളും പറഞ്ഞുതരും. വാരിക്കോരി പണംതന്ന് സഹായിക്കും. കടമായിട്ടും, ദാനമായിട്ടും...

ഉദ്ഘാടനത്തിന് ഗാവീസിന്റെ കക്കൂസ് തെരഞ്ഞെടുത്തത് സ്വർഗസ്ഥലിയുടെ നിർദേശപ്രകാരമായിരുന്നു. രാജ്യത്തിലെ ഏറ്റവും വലിയ ദരിദ്രൻ ഗാവീസാണത്രെ.

ഓരോ രാജ്യത്തിന്റെയും സ്പന്ദനങ്ങൾ അറിയാമെന്ന് പറഞ്ഞത് അപ്പോഴാണ് ഓർമ വന്നത്.

തീട്ടനികുതി ഉദ്ഘാടനത്തിന് ഗാവീസിനെ കക്കൂസിലേക്ക് കയറ്റിയത് ആഘോഷത്തോടെയായിരുന്നു. ഗാവീസ് തൂറാൻ ഇരുന്നു.

കക്കൂസിൽ ഇരുന്ന് ഗാവീസ് സ്വപ്നം കാണാൻ തുടങ്ങി. മുറ്റത്തെ മരത്തിൽ തൂങ്ങിക്കിടക്കുന്ന സ്വർണകായ്കൾ പറിക്കുകയാണ്. സ്വർണക്കായ്കൾ സ്വർണപ്പീടികയിൽക്കൊടുത്തപ്പോൾ ഇഷ്ടം പോലെ പണം തന്നു. നഗരത്തിൽ കുടുംബമൊത്ത് സർക്കീട്ട് നടത്തി കണ്ടതൊക്കെ വാങ്ങിക്കൂട്ടി അങ്ങനെ ആലോചിച്ചപ്പോൾ ഗാവീസിന് ചിരിപൊട്ടി. ചിരി വളർന്നു. കക്കൂസിന്റെ ചുമരും വാതിലും കടന്ന്, പുറത്ത് കാത്തിരിക്കുന്ന യന്ത്രവിദ്വാന്മാരുടെയും പ്രഭുക്കളുടെയും മൂത്തപട്ടാളക്കാരന്റെയും നാട്ടുപ്രമാണിമാരുടെയും അയൽക്കാരുടെയും ചെവിയിൽ ഗാവീസിന്റെ ചിരി ഇടിനാദംപോലെ മുഴങ്ങി.

“തൂറുമ്പഴാ... ഓന്റെ ചിരി”

മൂത്തപട്ടാളക്കാരൻ അലറി.

“നമ്മളെ കളിയാക്കുകയാ...”

പ്രഭുക്കളിലൊരാൾ പിറുപിറുത്തു.

“ആസനത്തില് ഇരുമ്പ് പഴുപ്പിച്ച് കേറ്റണം”

നാട്ടുപ്രമാണി മുരണ്ടു.

"നിങ്ങളെന്താ മനുഷ്യാ കാട്ടിക്കൂട്ടുന്നത്?"

വാതിലിൽ ഉറക്കെ അടിച്ച് ഭാര്യ പറയുന്നത് കേട്ടപ്പോഴാണ് ബോധോദയമുണ്ടായത്. ഇത് കക്കൂസാണ്. സ്വർഗസ്ഥലി നിർമിച്ചു തന്ന സുന്ദരമായ കക്കൂസ്. ആദ്യമായിട്ടാണ് തിളങ്ങുന്ന കക്കൂസിൽ ഇരുന്ന് തൂറുന്നത്. നികുതി ഉൽഘാടനമാണ് നടക്കുന്നത്. തമ്പ്രാക്കന്മാരൊക്കെ പുറത്തുണ്ട്.

ഗാവീസ് ലജ്ജാലുവായി.

വേഗത്തിൽ കുണ്ടി കഴുകി പുറത്തേക്കിറങ്ങി, തല ചൊറിഞ്ഞ് വെളുക്കനെ ചിരിച്ചു. ഗാവീസിനെ ശ്രദ്ധിക്കാതെ ചുമരിൽ ഘടിപ്പിച്ച മീറ്റർ ആകാംക്ഷയോടെ എല്ലാവരും നോക്കി.

"10 രൂപ 10 പൈസ."

യന്ത്രവിദ്വാന്മാരിലൊരാൾ ഇങ്ങനെ പറഞ്ഞപ്പോൾ എല്ലാവരും കയ്യടിച്ചു.

"ഒറ്റ തൂറലിന് ഇത്രയും പൈസയോ! വയറിളക്കം പിടിച്ചാലോ?"

ഗാവീസ് നിലവിളിച്ചു പോയി.

"മിണ്ടാതിരിക്കെടാ."

ഗാവീസിന്റെ മുഖത്ത് മൂത്ത പട്ടാളക്കാരൻ ആഞ്ഞടിച്ചു.

ഗാവീസിനെ വലിച്ച് പുരയുടെ അകത്തേക്ക് കയറ്റി ഭാര്യ വാതിലടച്ചു.

"മറ്റുള്ളോര് കക്കൂസിൽ കയറി തൂറി കളയുമോയെന്നാ പേടി..."

ഗാവീസിന്റെ ഭാര്യ പിറുപിറുത്തു.

"അതിനല്ലേ ഉറക്കമുറിയില് കക്കൂസുണ്ടാക്കണമെന്ന് സ്വർഗസ്ഥലി പറഞ്ഞത്."

"തീട്ടം മണപ്പിച്ച് ഉറങ്ങാനോ..."

ഇരുവരും ചിരിച്ചു.

"ആരും കാണാതെ കാട്ടിൽ തൂറിയാലോ..."

"തീട്ടം മണപ്പിച്ച് കുണ്ടി കണ്ടുപിടിക്കുന്ന നായ്ക്കളെ സ്വർഗസ്ഥലിയിൽനിന്നും അയച്ചുകൊടുത്തിട്ടുണ്ടത്രെ"

"ഇനിയെന്താചെയ്യാ..."

"തൂറാതിരിക്കുക."

"അതിന്?"

"തിന്നാതിരിക്കുക."

"മരിക്കുന്നതാ... ഭേദം."

ഗാവീസ് നിശ്വാസമിട്ടു.

അങ്ങനെ ഒരു നാൾ–

മകന്റെ കരച്ചിൽ കേട്ടിട്ടാണ് അവൾ ഉണർന്നത്. വയറ് മുറുക്കെപ്പിടിച്ച് കരയുകയാണ് മകൻ.

"എന്താ മോനേ..."

"തൂറാൻ മുട്ട്ന്ന്."

മകന്റെ മുഖം വലിഞ്ഞു മുറുകുന്നുണ്ട്. കാലുകൾ വിടർത്തി കുനിഞ്ഞ് നിൽക്കുകയാണ്.

"നീയിന്നലെയല്ലേ തൂറിയത്."

"തൂറാൻ മുട്ട്ന്ന്" പറഞ്ഞതൊന്നും ശ്രദ്ധിക്കാതെ മകൻ കരയുകയാണ്.

കക്കൂസിന്റെ വാതിൽ ധൃതിയിൽ തുറന്നപ്പോഴാണ് 'ബീപ്... ബീപ്" എന്ന ഒച്ചയോടെ ചുകന്ന മീറ്റർ ഉണർന്നെഴുന്നേറ്റത്.

"ദൈവമേ..."

അവൾ നിലവിളിച്ചു. ഓർമയില്ലായിരുന്നു.

അഞ്ചുപൈസയില്ല നികുതികൊടുക്കാൻ. ഭക്ഷണം വാങ്ങാൻ പോലും പൈസയില്ലാത്തയിടത്ത് എങ്ങനെയാണ് നികുതി കൊടുക്കുക. നികുതി കൊടുക്കാത്തതിനാണ് ഗാവീസിനെ ഭടൻമാർ പിടിച്ചുകൊണ്ടു പോയത്.

എന്നിട്ട് നിരത്തിന്റെ നടുവിൽ വെച്ച്...

അന്ന്,

മുൻവാതിലിലൂടെ ഇരച്ചുകയറിവന്ന മൂത്ത പട്ടാളക്കാരൻ ഗാവീസിനെയും മകനെയും അവളെയും വലിച്ചിഴച്ച് പട്ടാളവണ്ടിയിലേക്കെറിയുകയായിരുന്നു. വണ്ടിക്കകത്ത് നിറത്തോക്ക് പിടിച്ച ഭടന്മാരുമുണ്ടായിരുന്നു. അവർ രാജഗീതം ആലപിക്കുന്നുണ്ടായിരുന്നു. ഗാവീസിനോട് ഏറ്റു ചൊല്ലാൻ പറഞ്ഞു. ചൊല്ലാൻ അറിയില്ലെന്ന് പറഞ്ഞപ്പോൾ എടാ.. രാജ്യദ്രോഹീയെന്ന് പറഞ്ഞ് തോക്കിന്റെ പാത്തികൊണ്ട് തലയ്ക്കടിച്ചു. തല പൊട്ടി ചോരയൊഴുകി. മകൻ പേടിച്ച് നിലവിളിച്ചു.

"കൊന്നുകളയും എല്ലാറ്റിനെയും. മിണ്ടിപ്പോകരുത്."

മൂത്തപട്ടാളക്കാരൻ അലറി.

മകന്റെ വായ അമർത്തിപ്പിടിച്ചു.

കറുത്ത തുണികൊണ്ട് ഗാവീസിന്റെ കണ്ണുകൾ മൂടിക്കെട്ടി. ഇരപിടിച്ച സിംഹത്തെപോലെ വണ്ടി പരക്കം പായുകയാണ്. ഗാവീസിനെ ഒന്ന് തൊടണമെന്നും ഇനിയെന്താ ചെയ്യേണ്ടതെന്ന് ചോദിക്കണമെന്നും ആഗ്രഹമുണ്ടായിരുന്നു.

തിരക്ക് പിടിച്ച തെരുവിൽ, മൂന്ന് നിരത്തുകൾ കൂട്ടിമുട്ടുന്ന ഇടത്ത് വണ്ടി നിന്നു. മൂന്നുപേരെയും പുറത്തേക്ക് ഇറക്കി. കണ്ണുകൾ തുറക്കപ്പെട്ടു. നിരത്തിലോടുന്ന വണ്ടികൾ നിന്നു. കാര്യമെന്തെന്നറിയാൻ ആൾക്കാരൊക്കെ ചുറ്റും കൂടി. അവരിൽ സ്ത്രീകളും കുട്ടികളും വഴിയാത്രക്കാരുമുണ്ടായിരുന്നു.

മൂത്ത പട്ടാളക്കാരൻ കുറ്റപത്രം വായിച്ചു.

"രാജ്യദ്രോഹമാണ് കുറ്റം. ദൈനംദിന ആവശ്യത്തിന് ഉപയോഗിക്കേണ്ട നികുതി പണം നൽകാതെ രാജ്യത്തെ വഞ്ചിച്ചു. നികുതി നൽകാതിരുന്നാൽ രാജ്യം തകരും. രാജ്യത്തെ ഒറ്റിക്കൊടുക്കുന്നവർക്ക് പരമാ

വധി ശിക്ഷ നൽകുന്നത് മറ്റുള്ളവർക്ക് പാഠമാകാനാണ്. അതാണ് രാജതീരുമാനം.”

വീർപ്പടക്കിപ്പിടിച്ചാണ് എല്ലാവരും കേട്ടത്. ആൾക്കാരൊക്കെ അന്യോന്യം ഒച്ചയടക്കിപ്പിടിച്ച് പിറുപിറുക്കാൻ തുടങ്ങി.

ഗാവീസിന്റെ കൈകൾ പിറകിലോട്ട് കൂട്ടിക്കെട്ടി മരക്കുറ്റിയുടെ മുകളിൽ നിർത്തി. മരക്കൊമ്പിൽ തൂങ്ങിക്കിടക്കുന്ന തൂക്കുകയർ ഗാവീസിന്റെ കഴുത്തിലിട്ട് മുറുക്കി. കാഴ്ചക്കാരായി നിൽക്കുന്നവർക്ക് അപ്പോഴാണ് കാര്യം മനസിലായത്. ഇങ്ങനെ ചെയ്യുന്നത് അനീതിയാണെന്നും, വിചാരണ ചെയ്തിട്ട് മാത്രമേ ശിക്ഷിക്കാൻ പാടുള്ളൂയെന്നും താടിവെച്ച ചെറുപ്പക്കാരൻ ചുകന്ന കണ്ണുകളോടെ പറഞ്ഞു. അവന്റെ നടുപ്പുറത്ത് തോക്കിന്റെ പത്തികൊണ്ട് പട്ടാളക്കാർ ആഞ്ഞടിച്ചു. പട്ടാളവണ്ടിയിലേക്ക് താടിക്കാരനെ വലിച്ചു കയറ്റി. വാതിലടച്ചു. സ്ത്രീകൾ നിലവിളിച്ചു.

“മിണ്ടാതിരിക്കെടാ...”

ഭടന്മാർ എല്ലാവരെയും അടിച്ചൊതുക്കി. എല്ലാവരോടും കണ്ണുകൾ തുറന്നുപിടിച്ച് നിലത്തിരിക്കാൻ പറഞ്ഞു.

“ആരും കണ്ണുകൾ പൂട്ടരുത്. ഇതൊരു പാഠമാണ്. രാജ്യദ്രോഹികൾക്ക് നൽകുന്ന ശിക്ഷ നിങ്ങൾ കാണണം. എന്നിട്ട് പേടിയുണ്ടാകണം.”

ഗാവീസിന്റെ മുന്നിലേക്ക് ഭാര്യയെയും മകനെയും വലിച്ചിഴച്ച് കൊണ്ടുവന്നു. അവരെ നോക്കി ഗാവീസ് പുഞ്ചിരിച്ചു. മകൻ കരയുന്നത് കണ്ട് ഗാവീസ് എന്തോ പറഞ്ഞു. എന്തായിരിക്കാം മരണത്തിന്റെ അവസാന പടിയിലേക്ക് കയറുവാൻ കാത്തിരിക്കുന്ന ഗാവീസ് പറഞ്ഞതെന്ന് അവൾക്കറിയണമെന്നുണ്ടായിരുന്നു.

മുറിഞ്ഞുപോയ വാചകം എന്തായിരിക്കും?

പൂരിപ്പിക്കാൻ കഴിയാത്ത വാക്കുകളാണ് ഓരോ മരണവും...

എല്ലാവരും കഴുമരത്തിന് താഴെ നിൽക്കുന്ന ഗാവീസിനെ നോക്കുകയാണ്. ചിലർ തളർന്നു വീഴുന്നുണ്ട്. വീഴുന്നവരെയൊക്കെ പട്ടാള വണ്ടിയിൽ വലിച്ചു കയറ്റുന്നുണ്ട്.

ഗാവീസിന്റെ അരികിലേക്ക് മൂത്തപട്ടാളക്കാരൻ നടന്നു. അവസാനമായിട്ട് എന്തെങ്കിലും പറയാനുണ്ടോയെന്നു ചോദിച്ചു.

“ഇല്ലാ...” ഗാവീസ് മറുപടി പറഞ്ഞു.

മൂത്തപട്ടാളക്കാരൻ മരക്കുറ്റി തട്ടിത്തെറിപ്പിച്ചു. കയറിൽ തൂങ്ങിക്കിടക്കുന്ന ഗാവീസ് മകന്റെയും ഭാര്യയുടെയും മുന്നിൽ പിടയുകയാണ്. നിലവിളിയോടെ അവൾ അരികിലേക്ക് പാഞ്ഞപ്പോൾ മൂത്ത പട്ടാളക്കാരൻ അടിച്ചു വീഴ്ത്തി.

എല്ലാവരും കാൺകെ,

പിടഞ്ഞുപിടഞ്ഞ്, കൈകാലുകൾ കുടഞ്ഞ്, തല ചെരിച്ച്, നാവ് നീട്ടി...

അങ്ങനെ ഗാവീസ്...

അവൾ ദീർഘനിശ്വാസമിട്ടു.

“ഞാനിപ്പോൾ തൂറും.”

കാലുകൾ നീട്ടിപ്പിടിച്ച്, വിടർത്തി വെച്ച് , ചുമർ മുറുക്കെപ്പിടിച്ച് മകൻ നിൽക്കുകയാണ്. മകന്റെ പിന്നിൽ അവൾ ഇരുന്നു. ട്രൗസർ അഴിച്ചു മാറ്റി കുണ്ടിയുടെ പിറകിൽ മുഖം വെച്ചു. മകനോട് തൂറുവാൻ പറഞ്ഞു. മകൻ തൂറി. വാ പിളർത്തി അവൾ തീട്ടം തിന്നുവാൻ തുടങ്ങി. മുഖത്ത് നിറയെ തീട്ടമാണ്. വയറ് വേദനിക്കുന്നുണ്ട്. വയറിലേക്ക് തീട്ടം ഇറങ്ങാത്തതിനാൽ വെള്ളം കുടിച്ചു. വിഴുങ്ങി. വയറിനകത്ത് മഞ്ഞത്തീട്ടം വട്ടം കറങ്ങുന്നുണ്ട്.

മകൻ തൂറിക്കഴിഞ്ഞു. കരച്ചിലോടെ അവൻ നോക്കുകയാണ്. കുണ്ടികഴുകിവരാൻ മകനോട് പറഞ്ഞു. വയറ്റിൽ തീട്ടം പരക്കം പായുന്നുണ്ട്. നെഞ്ചകത്തിലേക്ക് പാഞ്ഞുകയറി. വയറു പൊത്തിപ്പിടിച്ച് ഒച്ചയോടെ ഛർദ്ദിച്ചു.

കഷ്ടപ്പെട്ട് തിന്ന തീട്ടത്തിനു മുകളിൽ അവൾ തളർന്നു കിടന്നു. വാവിട്ട് കരഞ്ഞു. തല ഉയർത്തി മകനെ നോക്കി.

“സാരൂല്ല. ആരും അറീല്ല. തുടച്ച് വൃത്തിയാക്കി കത്തിക്കാം.”

അപ്പോഴാണ്,

രാജഗീതത്തിന്റെ അകമ്പടിയോടെ ഭടൻ ഇരച്ചുകയറി വന്നത്. അവളെയും മകനെയും തൂക്കിപ്പിടിച്ച് കുതിരവണ്ടിയിൽ കയറ്റി. കുതിര ഓടുവാൻ തുടങ്ങി. മൂന്ന് നിരത്തിന്റെ ഒത്ത നടുവിൽ വെച്ച് അവളുടെ കഴുത്ത് വെട്ടി. ചോരയിൽ കുളിച്ച തല നിലത്തൂടെ ഇഴഞ്ഞിഴഞ്ഞ് കടൽക്കരയിലെത്തിച്ചേർന്നു. കടലിലേക്ക് തല ഇറങ്ങി. അപ്പോൾ കടലിന്റെ നിറം ചുകപ്പായി, ചോരയുടെ ചുകപ്പ്.

അലറിക്കരയുന്ന ചെക്കനെ പിടിച്ച് മൂത്തപട്ടാളക്കാരൻ കുതിരവണ്ടിയിൽ കയറ്റി.

18

ജരാനരയുടെ മരണം

ഇരുട്ടിലൂടെ നടന്നു വന്ന കറുത്ത ഭൂതം "നല്ല വിരുന്നു കിട്ടിയല്ലോ"യെന്നു പറഞ്ഞ് അലറി ചിരിച്ചപ്പോഴാണ് രാജാവ് ഞെട്ടി ഉണർന്നത്. പേടിച്ച് വിറച്ചു. രാജാവിനെ ഭൂതം തുറിച്ചു നോക്കി. വാ പിളർത്തി നിൽക്കുന്ന ഭൂതത്തിന്റെ നാവിലൂടെ പതഞ്ഞൊഴുകുന്ന ചോര നിലത്ത് ഇറ്റിവീഴുന്നുണ്ട്. നടക്കുമ്പോൾ ഭൂമി കുലുങ്ങുന്നുണ്ട്.

ഇനി എന്താണ് സംഭവിക്കുക,

ഭൂതത്തിന്റെ നാവുകൊണ്ട് ശരീരം തൊട്ട് വലിച്ച് വിഴുങ്ങും. വിഴുങ്ങിയ കാര്യം ആരും അറിയില്ല. ആൾക്കാരൊക്കെ പരതി നടക്കും. എങ്ങിനെയെങ്കിലും രക്ഷപ്പെടണം.

ഉറക്കമുറിയുടെ പുറത്ത് കാവൽക്കാരുണ്ട്. ഒന്നലറി വിളിച്ചാൽ ഓടിയെത്തും. ആ ബുദ്ധി തോന്നാത്തതിൽ സ്വയം കുറ്റപ്പെടുത്തി.

ഭടന്മാരെ വിളിക്കാൻ വാ ഉയർത്തിയപ്പോൾ നാവ് നിലത്തേക്ക് ഊരിവീണു. ഇനിയെന്തുചെയ്യും. രാജാവിന് കരച്ചിൽ വന്നു. നിലത്തുനിന്നും പിടയ്ക്കുന്ന നാവിനെ സങ്കടത്തോടെ നോക്കി. നാവില്ലാത്ത രാജാവിനെ ആരും അംഗീകരിക്കുകയില്ല. നാവാണ് നിലനിർത്തുന്നത്. നാവുകളാണ് അഹങ്കാരം.

രാജാവിന്റെ മുന്നിൽ ഭൂതം നിവർന്നുനിന്നു.

ആരുകണ്ടാലും പേടിച്ചുപോകും. കറുകറുത്ത ഉടൽ. കനലെറിയുന്ന കണ്ണുകൾ. തലയിൽ പോത്തിന്റെ കൊമ്പുകൾ.

ഇരയാകുവാനായിരിക്കും നിയോഗം.

മരിക്കാൻ പോകുന്നവന്റെ അവസാന നിലവിളിയെന്നപോലെ അലറിവിളിച്ചു. പരസഹായത്തിന്റെ വിളി. അപ്പോഴാണ് കണ്ണുകൾ തുറന്നത്.

–സ്വപ്നം കണ്ടതാണ്.

പേടിച്ച് വിയർത്തിട്ടുണ്ട്.

എവിടെയെങ്കിലും ഭൂതം ഒളിച്ചിട്ടുണ്ടോയെന്ന് നോക്കി. ഇല്ല. ചില പ്പോൾ തോന്നിയതാകാം.

ഔട്ടിയാക്ക പേടിസ്വപ്നമായിരിക്കുന്നു.

അരികിൽ പട്ടമഹിഷി കൂർക്കം വലിച്ചുറങ്ങുന്നത് നോക്കി ഇരുന്നു. ഭൂമി കുലുങ്ങിയാലും അവൾ അറിയില്ല. അവളുടെ സ്വഭാവമാണ്. അതു കൊണ്ടാണ് സ്വർഗസ്ഥലിയിലേക്ക് പോയി വരാൻ കഴിയുന്നതും. ഇനി അവൾ അറിഞ്ഞാലും ഒന്നും സംഭവിക്കുകയില്ല.

രാജകുമാരി ലഹരിയാണ്. ഓരോ ഇടപെടലും മറക്കാനാവാത്ത ശരീ രാനുഭവങ്ങളാണ്.

തുടകൾക്കിടയിലെ കറുത്ത ഇരുട്ടിൽ എന്തോ അനങ്ങുന്നതുകണ്ടി ട്ടാണ് രാജാവ് നോക്കിയത്. പാമ്പ്. ശരീരത്തിൽ വിറ കയറി. പാമ്പ് തല ഉയർത്തി നോക്കുകയാണ്. പാമ്പിന്റെ അനക്കം നോക്കി വീർപ്പടക്കിപ്പി ടിച്ച് കിടന്നു. അനങ്ങിയാൽ പാമ്പു കൊത്തും. പാമ്പ് തലചെരിച്ചു നോക്കി ചിരിച്ചു. ചിരിച്ചപ്പോൾ സമാധാനമായി. പാമ്പ് ഇഴഞ്ഞിഴഞ്ഞ് കയറുക യാണ്.

അപ്പോൾ പാമ്പ് ഉണരുവാൻ തുടങ്ങി. പാമ്പ് വളർന്നു പൊന്തി. ശരീരത്തിൽ ചൂരും ഉശിരുമുണ്ടായി. കുറച്ചു കഴിഞ്ഞപ്പോൾ പാമ്പിന്റെ നിറം മാറി. ശരീരം നിറയെ വെള്ളിവരകളും, സ്വർണ നിറത്തിലുള്ള കൊച്ചുകൊച്ചു വട്ടങ്ങളുമുണ്ടായി. കൈകാലുകൾ കൊഴിഞ്ഞു വീണു. കണ്ണുകൾ മെലിഞ്ഞു. ചെവികൾ അടഞ്ഞു. തൊലികൾ സ്പർശിനിയാ യി. ഇടയ്ക്കിടെ നാവ് അനക്കിക്കൊണ്ടേയിരുന്നു. വിഷം നിറഞ്ഞു. പല്ലു കൾ നീണ്ടുവന്നു.

അരികിൽ കിടക്കുന്ന പട്ടമഹിഷിയെ നോക്കി പാമ്പ് ചിരിച്ചു. ഇഴ ഞ്ഞിഴഞ്ഞ് പട്ടമഹിഷിയുടെ അരികിലെത്തി. അവളുടെ കാല് തൊട്ടു. കാലിലൂടെ ഇഴഞ്ഞുകയറിയ പാമ്പ് എവിടെ നിന്നോ നേരിയ ഒച്ച കേട്ട പ്പോൾ തുടകൾക്കിടയിലെ ഇരുട്ടിൽ ഒളിച്ചു. അപ്പോൾ പട്ടമഹിഷിയുടെ ചുണ്ടിൽ നേരിയ ചിരിയുണ്ടായി.

പാമ്പിനെ വിഴുങ്ങിയ ചിരിയായിരുന്നു അത്.

ഇരുട്ടിൽനിന്നും ഇറങ്ങി വന്ന പാമ്പ് അവളുടെ നെഞ്ചിലൂടെ ഇഴ ഞ്ഞുകയറി. കഴുത്തിൽ ചുറ്റുവാൻ തുടങ്ങി. ചുറ്റൽ മുറുകിയപ്പോഴാണ് പട്ടമഹിഷി ഉണർന്നത്. പട്ടമഹിഷിയെ നോക്കി പാമ്പ് ചിരിച്ചു. നിലവി ളിയോടെ പാമ്പിനെ അടർത്തിമാറ്റാൻ അവൾ ശ്രമിക്കുന്നുണ്ട്. കഴിയു ന്നില്ല. അത്ര ശക്തിയുണ്ട് പാമ്പിന്. നിലവിളിച്ച് അലറിക്കരഞ്ഞപ്പോൾ പുറത്ത് ഒച്ചകേൾക്കാതിരിക്കാൻ അവളുടെ വായ പൊത്തിപ്പിടിച്ചു. എന്നിട്ട് തല ചെരിച്ചുപിടിച്ചു. കിടക്കയിൽ മുഖം അമർത്തിപ്പിടിച്ചു. കഴുത്തുഞെ രിച്ചു.

അവളുടെ ശ്വാസം ഓരോന്നായി പാമ്പ് വലിച്ചെടുക്കാൻ തുടങ്ങി. കാലിട്ടടിക്കുകയും കിടക്ക മാന്തിപ്പറിക്കുകയും ചെയ്യുന്നുണ്ട്. കുറച്ചു സമയം കഴിഞ്ഞപ്പോൾ എതിർപ്പ് കുറഞ്ഞുവന്നു.

അപ്പോഴാണ് കൈപ്പത്തിയുടെ മുകളിൽ കണ്ണുനീർ വീണത്. പൊള്ളുന്ന കണ്ണീരായിരുന്നു അത്. അന്നേരമാണ് ബോധം തെളിഞ്ഞത്. പട്ടമഹിഷിയുടെ കഴുത്തിൽ ചുറ്റിയത് സ്വന്തം കൈകളാണ്. എന്താണ് ചെയ്തത്? അവളെ കൊല്ലുകയായിരുന്നു. വല്ലാത്ത സങ്കടമുണ്ടായി. വെറുപ്പോടെ കൈവിരലുകളെ നോക്കി; കാർക്കിച്ചു തുപ്പി.

“പാടില്ലായിരുന്നു. ഉറക്കമുറിയിൽ എപ്പോഴും ഒരു സാന്നിധ്യമാകാൻ ആഗ്രഹിച്ചിരുന്നു.”

നാവ് നീട്ടി, കണ്ണുകൾ തുറന്ന് വെച്ച്, തുടകൾ മാന്തിപ്പറിച്ച് മലർന്നു കിടക്കുകയാണ് പട്ടമഹിഷി. അവളുടെ മുഖം നോക്കി നിലത്ത് ഇരുന്നു. മുഖം തൊട്ടുതലോടി.

അവൾക്കെന്തോ പറയണമെന്നുണ്ട്. ചുണ്ടനക്കുന്നുണ്ട്. ചെവികൾ നീട്ടിവെച്ചു.

“ഇഷ്ടമല്ലെങ്കിൽ പറഞ്ഞാൽ മതിയായിരുന്നു” അടക്കിപ്പിടിച്ച കരച്ചിലോടെയാണ് പറഞ്ഞത്.

ഒന്നും പറയാനാവാതെ മിഴിച്ചുനിന്നു.

കാലുകൾ കൂട്ടിപ്പിടിച്ച് പൊട്ടിക്കരഞ്ഞു. മാപ്പു ചോദിച്ചു. അറിയാതെ പറ്റിപ്പോയതാണെന്നു പറഞ്ഞു.

“ക്ഷമിക്കൂ തമ്പ്രാട്ടീ...”

അവൾ മിണ്ടുന്നില്ലല്ലോ...

“കൊന്നാൽ പാപം തിന്നാൽ തീരുമെന്റെ രാജാവേ....”

തീവണ്ടിയുടെ വാതിൽ തുറന്ന് പുറത്തേക്കിറങ്ങി വന്ന സ്വർഗസ്ഥലി മരിച്ചുകിടക്കുന്ന പട്ടമഹിഷിയെ പാളി നോക്കി ചിരിയോടെ പറഞ്ഞു.

“എനിക്കു വേണ്ടിയാണ് ചെയ്തതെന്നറിയാം. ഇത്രവേഗത്തിൽ കാര്യം നടത്തുമെന്ന് കരുതിയില്ല. നിങ്ങളൊരു സിംഹം തന്നെ. ഇപ്പോഴാണ് നിങ്ങൾ രാജാവായത്. സ്വയം തീരുമാനിച്ച് നടപ്പിലാക്കുന്ന വിധിയാണ് രാജാവ്.”

രാജാവിന്റെ താടി പിടിച്ച് ഉയർത്തി, കണ്ണുകളിൽ കണ്ണുകൾ കോർത്തുവെച്ച് സ്വർഗസ്ഥലി പറഞ്ഞു: “എന്റെ സിംഹത്തിന് ഞാനെന്താണ് തരേണ്ടത്?”

രാജാവിനെ കെട്ടിപ്പിടിച്ചു. രാജാവിന്റെ ശരീരത്തിലേക്ക് ആഴ്ന്നിറങ്ങാനുള്ള വെപ്രാളത്തോടെ ചുട്ടുപൊള്ളുന്ന ചുണ്ടുകൾ ശരീരത്തിലാകമാനം പരക്കം പാഞ്ഞു. കത്തുന്ന വേവലോടെ സ്വർഗസ്ഥലി മുരളുന്നുണ്ട്. അന്നേരം രാജാവിന്റെ ശരീരത്തിൽ ഇരുട്ടു മൂടി. ചുകന്ന ശരീരം കറുത്തു.

എത്ര ശ്രമിച്ചിട്ടും ആളിക്കത്താത്ത രാജാവിനെ നോക്കി സ്വർഗസ്ഥലി ദേഷ്യത്തോടെ മുരണ്ടു.

"ചൂടാകുന്നില്ലല്ലോ..."

"നിങ്ങൾ ഉണരുന്നില്ലല്ലോ..."

"ഇങ്ങനെയായാൽ എങ്ങനെയാണ് ഉടമ്പടികളിൽ ഒപ്പുവെയ്ക്കുക." കെട്ടുപോയ ആവേശത്തിന് സ്വർഗസ്ഥലി തിരികൊളുത്താൻ ശ്രമിച്ചു.

"എന്തേ ഇങ്ങനെ?"

"അറീല്ല."

രാജാവിന്റെ ശരീരത്തിലേക്ക് സ്വർഗസ്ഥലി മൂക്ക് നീട്ടിവെച്ചു. ജരാനരയുടെ മണം അറിഞ്ഞു. സ്വർഗസ്ഥലിയുടെ മുഖം ചുളിഞ്ഞു.

"വരണ്ട മണ്ണിൽനിന്നും മുള പൊട്ടില്ല. ഉറവയുണ്ടാകില്ല. മരിക്കാൻ പോകുന്നവന് കാവൽ നിന്നിട്ടെന്തു കാര്യം.

കത്തുന്ന ശരീരമാണ് എനിക്കുവേണ്ടത്.

തീവണ്ടിമുറിയിൽ സ്വർഗസ്ഥലി കയറി ഇരുന്നു. തീവണ്ടിയുടെ കാലുകൾ വളർന്നു.

തീവണ്ടി പായുകയാണ്.

19

സ്വർഗസ്ഥലി രാജാവാകുന്നു

കൊട്ടാരം വൈദ്യരാണ് സ്വർഗസ്ഥലിയുടെ വരവിനെക്കുറിച്ച് പറഞ്ഞത്. ദേശകാര്യങ്ങളൊന്നും ഇപ്പോൾ അറിയാറില്ല. അറിയിക്കാറുമില്ല.

കൊട്ടാരത്തിന്റെ ഒറ്റമുറിയിൽ മരുന്നിന്റെ ചവർപ്പുമണവുമായി കഴിയുന്നു.

"അപൂർവരോഗം ബാധിച്ചതിനാൽ ഭരണകാര്യങ്ങളിൽ ശ്രദ്ധിക്കാൻ കഴിയാത്തതിനാൽ, ദേശത്തിന്റെ ഭാവിക്കും നന്മക്കുംവേണ്ടി സ്വർഗസ്ഥലിയുടെ കൈകളിൽ ഭരണം താൽക്കാലികമായി ഏൽപ്പിച്ചിരിക്കുന്നുവെന്ന് കൊട്ടാരം വാറോലയിലൂടെ ദേശക്കാരെ അറിയിക്കാനാണ് സ്വർഗസ്ഥലി പറഞ്ഞത്.

അറിയിച്ചു.

പിന്നെ ദേശത്തിന്റെ ഒരു കാര്യവും അറിഞ്ഞില്ല. കൊട്ടാരവാതിൽ അവർ അടച്ചുപൂട്ടി. സ്വർഗസ്ഥലിഭടന്മാർ കാവൽ നിന്നു. അടുക്കളക്കാരികളെയും കൊട്ടാരപ്പണിക്കാരെയും ഇറക്കിവിട്ടു. എല്ലാം സ്വർഗസ്ഥലിയുടെ നിയന്ത്രണത്തിലായി. എന്നിട്ട് സാമൂതിരി മൈതാനത്തിൽ ആധുനിക രീതിയിലുള്ള പുതിയ കൊട്ടാരം നിർമിച്ചു.

"മരുന്നായിരിക്കുന്നു ഭക്ഷണം."

സഞ്ചി തുറന്ന് മരുന്നുകുപ്പികൾ ഓരോന്നായി മേശപ്പുറത്ത് നിരത്തിവെക്കുന്നതിനിടയിൽ വൈദ്യരോട് രാജാവ് പറഞ്ഞു.

വൈദ്യർ തലയനക്കി പറഞ്ഞത് ശരിവെച്ചു.

ദേഹപരിശോധന കഴിഞ്ഞാലാണ് വൈദ്യരും രാജാവും സംസാരിക്കാൻ തുടങ്ങുക. ചുറ്റുപാടും കണ്ണോടിച്ച്, ആരും കേൾക്കുന്നില്ലായെന്ന് ഉറപ്പുവരുത്തി. കാവൽക്കാരനെ അപ്പുറത്തേക്കയച്ച്, വാതിലുകൾ പൂട്ടി ഒച്ച താഴ്ത്തിയാണ് സംസാരം.

"പഴയതുപോലെയല്ല നാടാകെ മാറിപ്പോയിരിക്കുന്നു. തീപ്പെട്ടിക്കു

ടുകൾ അടുക്കിവെച്ചതുപോലെയുള്ള വീടുകൾ, വെടിപ്പുള്ള നിരത്തുകൾ, കളിപ്പാട്ടങ്ങൾ പോലെയുള്ള കാറുകൾ... ഒരു ദിവസം ആരും കാണാതെ ഇതൊക്കെ കാണിച്ചു തരാൻ കൊണ്ടുപോകുന്നുണ്ട്. പ്രജകളുടെ ജീവിതാവസ്ഥ അറിയാൻ വേഷം മാറി പോകുന്ന സുൽത്താന്റെ കഥ കേട്ടിട്ടില്ലേ... അതുപോലെ തന്നെ."

വൈദ്യർ ഉറക്കെ ചിരിച്ചു.

അപ്പോൾ രാജാവ് മൗനിയായി..

ഭരണകാര്യങ്ങളിൽ കാര്യക്ഷമമായി പ്രവർത്തിച്ച് തെറ്റുതിരുത്തി മുന്നോട്ടു പോവുന്നില്ലായെന്ന പരാതിയാണ് സ്വർഗസ്ഥലി ആദ്യമായി ഉന്നയിച്ചത്. പിന്നെ വകുപ്പിന്റെ നിയന്ത്രണം ഏറ്റെടുക്കുകയായിരുന്നു. യന്ത്രവിദ്വാന്മാർ കാര്യക്കാരായി. മന്ത്രിസഭയും മന്ത്രിയും വകുപ്പും നോക്കുകുത്തികളായി. മന്ത്രിമാരെ സ്വർഗസ്ഥലിയിലേക്ക് സുഖവാസത്തിനയച്ചു. അവർക്ക് കാണാക്കാഴ്ചകൾ കാണിച്ചുകൊടുത്തു. അവർ കണ്ട കാഴ്ചാനുഭവങ്ങൾ രാജാവിനെ അറിയിച്ചു. കുറച്ചു സമയം കഴിഞ്ഞപ്പോൾ അധികാര കൈമാറ്റത്തിന് ഒപ്പിടാൻ പറഞ്ഞു.

എന്തിനാണ് അധികാരകൈമാറ്റമെന്ന്, ഒപ്പുവാങ്ങിക്കാൻ വന്ന യന്ത്രവിദ്വാന്മാരോട് ചോദിച്ചപ്പോൾ അവർ കൈമലർത്തി.

സ്വർഗസ്ഥലിയെ നേരിൽക്കണ്ട് കാര്യമറിയുവാൻ മട്ടുപ്പാവിൽ കയറി. സ്വർഗസ്ഥലിയെ കുറേനാളായി കണ്ടിട്ട്...

മട്ടുപ്പാവിന്റെ മുകളിൽ കയറി നിന്ന് ചുമലുകൾ ചൊറിഞ്ഞു. എത്ര ചൊറിഞ്ഞിട്ടും ചിറകുകൾ മുളക്കുന്നില്ലായിരുന്നു. ചുമലുകൾ മാന്തിപ്പറിച്ചപ്പോൾ ചോരപൊട്ടി. ദേഷ്യവും സങ്കടവുമുണ്ടായി.

സ്വർഗസ്ഥലീ...

ആകാശത്തിലേക്ക് നോക്കി സങ്കടത്തോടെ നീട്ടിവിളിച്ചു.

ആകാശത്തിൽ ഒച്ചയുമനക്കവുമില്ല.

അന്നേരം–

ആകാശം സ്വർണനിറമായി. വെളുത്ത പ്രാവുകൾകൊണ്ട് ആകാശം നിറഞ്ഞു. പ്രാവുകളുടെ പറക്കൽ നോക്കി മലർന്നുകിടന്നു. രാജാവിന്റെ അരികിലേക്ക് പ്രാവുകൾ പറന്നുവന്ന് ചിരിച്ചു. പ്രാവുകൾ കുലുങ്ങിച്ചിരിക്കുന്നത് കണ്ടപ്പോൾ മനസിനകത്ത് സന്തോഷമുണ്ടായി.

പ്രാവുകൾക്കിടയിലൂടെ ഔട്ടിയാക്ക പറന്നു വരുന്നത് കണ്ടു.

ഔട്ടിയാക്കയെ കണ്ടപ്പോൾ പേടിയൊന്നും തോന്നിയില്ല.

എന്തിന് പേടിക്കണം.

സൗഭാഗ്യങ്ങൾ നഷ്ടപ്പെടുന്ന ആധിയിൽ നിന്നാണ് ജീവഭയമുണ്ടാകുന്നത്. ചെങ്കോലും കിരീടവും സിംഹാസനവുമില്ലാത്തവൻ ആരെയാണ് പേടിക്കേണ്ടത്?

"എന്തൊക്കെയുണ്ട് രാജാവേ വിശേഷങ്ങള്?" ഔട്ടിയാക്ക ചോദിക്കുകയാണ്.

കളിയാക്കുകയാണ്. എല്ലാകാര്യങ്ങളും അറിയാം. എന്നിട്ടും....

എല്ലാ വിധിതീർപ്പുകളും സ്വീകരിക്കാൻ തയാറായ മനസോടെ തല താഴ്ത്തി നിന്നു. വിചാരണ ചെയ്യാം. കഴുത്തുവെട്ടാം. ആകാശത്തിലൂടെ മൃഗങ്ങൾ എത്തിനോക്കുന്നത് കണ്ടു. അവരുടെ മുഖത്ത് സന്തോഷമുണ്ട്. അവർ വരിവരിയായി ആകാശത്തുനിന്നും ഭൂമിയിലേക്ക് നടന്നുവരികയാണ്. ശിക്ഷ നടപ്പിലാക്കാനായിരിക്കും വരവ്. വരട്ടെ.

ഔട്ടിയാക്ക ആകാശത്തിലേക്ക് നോക്കി. ചിത്രയടയാളത്തിലൂടെ വളർന്നു വന്ന വെളിപാടുകൾ വായിച്ചുകൊണ്ട് പറഞ്ഞു: "ചരിത്രത്തിൽ ഒറ്റുകാരന്റെ സ്ഥാനമായിരിക്കും നിനക്ക്. നാടിനെ ഒറ്റിയവന് ദൈവം പൊറുത്തു നൽകില്ല. അതിനുള്ള ശിക്ഷ തീരുമാനിച്ചു കഴിഞ്ഞു. ഇനി വിചാരണയാണ്. ഒറ്റുകാരനെ വിചാരണ ചെയ്യുന്നത് ആകാശമായിരിക്കും. ഭൂമി സാക്ഷി പറയും. കാറ്റ് വിധി പറയും."

രാജാവ് നിശ്ചലനായി കേട്ടു.

അന്നേരം രാജാവിന്റെ കാലുകൾ ഭൂമി തിന്നാൻ തുടങ്ങി. മണ്ണിന്റെ വായ്ക്കകത്തേക്ക് ആഴ്ന്നിറങ്ങുന്ന കാലുകൾ പറിച്ചെടുക്കാൻ ശ്രമിക്കുന്ന രാജാവിനെ നോക്കി ഔട്ടിയാക്ക ചിരിക്കുന്നുണ്ടായിരുന്നു.

20

സ്വർഗസ്ഥലിയുടെ വരവ്

കാറ്റിനും മഴക്കും ശേഷമുണ്ടായ പകലിലാണ് കറുത്ത പേടക ങ്ങൾകൊണ്ട് ആകാശം നിറഞ്ഞത്. ദേശാതിർത്തിക്കുള്ളിലേക്ക് ഇരച്ചു കയറിയ പേടകങ്ങൾ തലയ്ക്ക് മുകളിലൂടെ വട്ടംകറങ്ങി പറക്കുന്നത് ദേശക്കാർ നോക്കിനിന്നു. പേടകങ്ങൾ ഓരോന്നായി സാമൂതിരി മൈതാ നത്തിലേക്ക് മുരളിച്ചയോടെ ഇറങ്ങുകയായിരുന്നു. മൈതാനത്തിന് ചുറ്റും ഭടന്മാർ സുരക്ഷ തീർത്തിരുന്നു. വഴികളൊക്കെ അടച്ചിരുന്നു.

തലയ്ക്കകത്തുനിന്നും ചുകന്ന വെളിച്ചം മിന്നുവാൻ തുടങ്ങിയപ്പോ ഴാണ് പേടകത്തിന്റെ വാതിലുകൾ തുറക്കപ്പെട്ടത്. സിംഹത്തിന്റെ തലയും ആനയുടെ ഉടലും കുതിരക്കാലുകളുമുള്ള പേടകജീവികൾ പുറത്തേ ക്കിറങ്ങി ചുറ്റുപാടും നോക്കി. അവരുടെ ചുമലുകളിൽ ആയുധങ്ങൾ കൊളുത്തിവെച്ചിരുന്നു.

രണ്ട് വരികളായി, വേലികെട്ടിയത് പോലെയാണ് പേടകജീവികൾ അണിനിരന്നത്. അച്ചടക്കത്തോടെയാണ് നിൽപ്പ്.

സ്വർഗസ്ഥലിയുടെ വലിയ കൊടി സാമൂതിരി മൈതാനത്തിന്റെ ഒത്ത നടുവിൽ ഉയർത്തിക്കെട്ടിയത് മൂത്ത പട്ടാളക്കാരനായിരുന്നു. അപ്പോൾ ദേശത്തിന്റെയും സ്വർഗസ്ഥലിയുടെയും ദേശഭക്തിഗാനങ്ങൾ ഒന്നിച്ചാ ലപിക്കുകയുണ്ടായി.

കുറച്ചുസമയം കഴിഞ്ഞപ്പോൾ സ്വർഗസ്ഥലിയെ വഹിച്ചുകൊണ്ട് വലിയ പേടകം ഇരമ്പലോടെ ആകാശത്തിൽ പ്രത്യക്ഷപ്പെടുകയുണ്ടാ യി. ഭൂമിയിൽനിന്നും അറിയിപ്പ് കിട്ടാത്തതിനാൽ പലപ്രാവശ്യം പേടകം മൈതാനത്തെ വലംവെച്ചുകൊണ്ടേയിരുന്നു.

പേടകജീവികളിലൊരാൾ അടയാളം നൽകിയപ്പോഴാണ് പേടകം ആകാശത്തുനിന്ന് മൈതാനത്തിലേക്കിറങ്ങിയത്. വാതിൽ തുറന്ന് പുറ ത്തേക്കിറങ്ങിയ രാജകുമാരി എല്ലാവരേയും നോക്കി പുഞ്ചിരിച്ചു.

പേടകജീവികൾ തീർത്ത വഴിയിലൂടെ നടന്ന് പുതുതായി നിർമിച്ച കൊട്ടാരത്തിന്റെ മുന്നിൽ അവർ എത്തിച്ചേർന്നു.

കവാടത്തിന്റെ മുന്നിൽ സുന്ദരികളായ "ദേശമണികൾ" സ്വർണ ത്താലം പിടിച്ച് നിൽക്കുന്നുണ്ട്. നെറ്റിപ്പട്ടം കെട്ടിയ ഗജവീരന്മാരുണ്ട്. പതാകകൾകൊണ്ട് ആനകളെ അലങ്കരിച്ചിരുന്നു. ആനപ്പുറത്ത് ഇരിക്കു ന്നവർ വെൺകൊറ്റകൾ വീശുന്നുണ്ട്.

ആദ്യമായിട്ടാണ് സ്വർഗസ്ഥലി ദേശത്തിലേക്ക് വരുന്നത്. രാജ്യാന്ത രശ്രദ്ധ പിടിച്ചുപറ്റുന്ന രീതിയിലുള്ള സ്വീകരണം നൽകണമെന്ന് മന്ത്രി സഭയോട് മുൻകൂട്ടി സ്വർഗസ്ഥലി ആവശ്യപ്പെട്ടിരുന്നു. അങ്ങനെയുള്ള സ്വീകരണം തന്നെയാണ് നൽകിയതും. അശ്വാരൂഢസേനയാണ് സ്വാഗ തമോതിയത്. കുതിരപ്പുറത്ത് ഇരിക്കുന്ന ഭടന്മാരുടെ കയ്യിൽ ദേശത്തി ന്റെയും സ്വർഗസ്ഥലിയുടെയും കൊടിയടയാളങ്ങൾ ഉണ്ടായിരുന്നു.

അങ്ങ് ദൂരെനിന്നും കുതിപ്പട പറന്നുവരുന്നത് അത്ഭുതക്കണ്ണുകളോ ടെയാണ് സ്വർഗസ്ഥലി നോക്കിനിന്നത്.

അശ്വസേനയെ അത്രകണ്ട് ഇഷ്ടമായി. ആകാശത്തിന്റെയും ഭൂമി യുടെയും ഇടയിലൂടെ പറന്നു പോകുന്ന അശ്വഭടന്മാരുടെ മെയ് അഭ്യാ സങ്ങൾ നോക്കി. മൂത്ത പട്ടാളക്കാരനോട് അശ്വസേനയെക്കുറിച്ചും പരി ശീലനത്തെക്കുറിച്ചും ചോദിച്ചറിഞ്ഞു. ഒന്നുരണ്ട് കുതിരകളെ സ്വർഗസ്ഥ ലിയിലേക്ക് അയച്ചുതരണമെന്ന് പറഞ്ഞു. "പരിശീലകനെയും" ചിരി യോടെ കൂട്ടിച്ചേർത്തു.

ചുവന്ന പരവതാനി വിരിച്ച് ബാന്റ്മേളത്തിന്റെ അകമ്പടിയോടെ, മന്ത്രിമാരുടെയും പ്രമാണിമാരുടെയും കൂടെ പുതിയ കൊട്ടാരത്തിലേക്ക് ആദ്യപാദം നീട്ടിവെച്ച് സ്വർഗസ്ഥലി പ്രവേശിച്ചപ്പോൾ ആചാരവെടി പൊട്ടിക്കുകയുണ്ടായി.

തച്ചന്റെ കൈവേലകൾ, എണ്ണച്ഛായാ ചിത്രങ്ങൾ, ശിൽപ്പങ്ങൾ, നില ത്തുപാകിയ മൺതേപ്പുകൾ, തൂക്കിയ വിളക്കുകൾ, സ്വർണമണികൾ എന്നിവ നോക്കി നടന്നു. സിംഹാസനത്തിന്റെ അരികുകൾ പുഞ്ചിരി യോടെ തടവി.

സ്വർഗസ്ഥലിയുടെ തലയിൽ കിരീടം വെച്ചുകൊടുത്തത് മൂത്ത പട്ടാ ളക്കാരനായിരുന്നു. പ്രമാണിമാരും പ്രഭുക്കന്മാരും താഴ്മയോടെ ചെങ്കോൽ നൽകി. വെൺചാമരം വീശിക്കൊടുക്കുന്നത് മന്ത്രിമാരാണ്. കച്ചവടക്കാർ കാൽകഴുകി വെള്ളം കുടിച്ചു.

ദർബാർഹാളിലേക്ക് സ്വർഗസ്ഥലി പ്രവേശിച്ചപ്പോൾ ബഹുമാന ത്തോടെ എല്ലാവരും എഴുന്നേറ്റുനിന്ന് ആദരിക്കുകയുണ്ടായി. എല്ലാവ രോടും ഇരിക്കുവാൻ പറഞ്ഞു.

ദേശത്തിന്റെ പൂർവികർ സ്വർഗസ്ഥലിയുമായി കച്ചോടം നടത്തിയ കഥകളാണ് ആദ്യം പറഞ്ഞത്. അന്ന് ഇരു രാജ്യങ്ങളിലെയും കച്ച വടസാധനങ്ങൾ അന്യോന്യം കൈമാറി. അതൊരു സ്നേഹക്കച്ചവടമാ യിരുന്നു. ഞങ്ങളുടെ കൈയിലില്ലാത്തത് നിങ്ങളിൽനിന്നും നിങ്ങളുടെ

കയ്യിലില്ലാത്തത് ഞങ്ങളും നൽകി സഹായിച്ചു. പിന്നെപ്പോഴോ വിള്ള ലുണ്ടായി. ആ വിള്ളൽ പുതുക്കിയത് ഇപ്പോഴത്തെ രാജാവായിരുന്നു. അദ്ദേഹത്തിന് അസുഖം ബാധിച്ചതിനാൽ ദൈനംദിന ഭരണകാര്യങ്ങൾ നടത്തുവാൻ കഴിയാത്തതിലാണ് ഞങ്ങൾ ഭരണം ഏറ്റെടുക്കുന്നത്.

കണ്ടുപിടുത്തങ്ങളും സാങ്കേതികവിദ്യകളും അന്യോന്യം പങ്കുവെ ക്കുന്ന ഉടമ്പടിയിൽ ഒപ്പ് വെക്കാനാണ് വന്നിരിക്കുന്നത്.

ഭക്ഷ്യ സുരക്ഷയ്ക്കും ആഭ്യന്തര സുരക്ഷയ്ക്കും അതിർത്തി സുര ക്ഷയ്ക്കും ആയുധക്കച്ചവടത്തിനും ഇരു രാജ്യങ്ങളും തമ്മിൽ ഉടമ്പടി കൾ അംഗീകരിച്ചതിന്റെ പത്രിക അന്യോന്യം കൈമാറും.

ഇനി ചിന്തിക്കുന്നതും സ്വപ്നം കാണുന്നതുമൊക്കെ ഒരുമിച്ചിട്ടായി രിക്കും. എങ്കിലേ പുരോഗതിയുണ്ടാകൂ.

മൂത്ത പട്ടാളക്കാരനോടും മന്ത്രിസഭയോടും രഹസ്യചർച്ച നടത്തി യശേഷം സ്വർഗസ്ഥലിയിലേക്ക് അവരെ ക്ഷണിക്കുകയുണ്ടായി. അവർ ക്ഷണം സ്വീകരിച്ചു.

വീരോചിതമായിട്ട് തന്നെയാണ് യാത്ര അയച്ചത്. ദേശത്തിലെ പ്രമു ഖന്മാരെല്ലാവരും യാത്ര അയക്കുവാൻ എത്തിച്ചേർന്നിരുന്നു. എല്ലാ വർക്കും കൈകൊടുത്തശേഷം വലിയ പേടകത്തിന്റെ പടികൾ കയറു മ്പോൾ തിരിഞ്ഞുനോക്കി വീണ്ടും യാത്രാനുമതി തേടി.

പേടകത്തിന്റെ അകത്തേക്ക് കയറിയപ്പോൾ വാതിൽ തനിയെ അട ഞ്ഞു. ചുറ്റുപാടും നിൽക്കുന്ന കാവൽക്കാർക്ക് ജീവൻ വെച്ചു. ആദ്യം കൊച്ചു പേടകങ്ങളാണ് ആകാശത്തിലേക്ക് പറന്നു കയറിയത്. പേടക ങ്ങൾ തീർത്ത വഴിയിലൂടെ വലിയ പേടകം പറന്നുകയറുന്നതും ആകാ ശത്തിൽ അലിയുന്നതും നോക്കി മന്ത്രിസഭയും മൂത്തപട്ടാളക്കാരനും പ്രഭുക്കന്മാരും പ്രമാണിമാരും അങ്ങനെ നിന്നു.

21

ആടുകളുടെ റിപ്പബ്ലിക്

പിളർന്ന ആകാശത്തിലൂടെ പുഞ്ചിരിയോടെ നടന്നുവരുന്ന ഔട്ടിയാക്കയെ ഭൂമിയും ആകാശവും കാറ്റും പൊതിഞ്ഞു. കാറ്റിന്റെ കൈകൾ കോർത്തുപിടിച്ച് ഭൂമിയിലേക്കിറങ്ങി. ഔട്ടിയാക്കയുടെ കാലുകൾ ഭൂമി ചുംബിച്ചു. രാജാവിന്റെ മുന്നിൽ പുഞ്ചിരിയോടെ ഔട്ടിയാക്ക നിന്നു.

നിലത്ത് ചമ്രം പടിഞ്ഞിരിക്കുകയാണ് രാജാവ്.

തല ഉയർത്തി ഔട്ടിയാക്കയെ ഒന്നു നോക്കി തലതാഴ്ത്തി.

രാജാവിന്റെ അരികിൽ ഔട്ടിയാക്ക ഇരുന്നു. രാജാവിന്റെ തലയെടുത്ത് മടിയിൽ വെച്ചു. തല തലോടി. ജപിച്ചൂതി.

"മോനെന്താ ഇങ്ങനെയായിപ്പോയത്?"

ഔട്ടിയാക്കയെ രാജാവ് കുറേസമയം നോക്കി. നെഞ്ചിൽ കയറിയ വിങ്ങൽ അമർത്തിപ്പിടിച്ചു. എന്നിട്ടു പറഞ്ഞു: "ജന്മത്തിന്റെ ശാപമായിരിക്കാം."

ഔട്ടിയാക്കയുടെ നെഞ്ചിൽ ചേർന്നു കിടന്നു. ഇരുവരും ശരീരങ്ങൾ ചേർത്തുപിടിച്ചു. ആലിംഗനം ചെയ്തു.

"എന്നോടു പൊറുക്കുമോ?"

"മാപ്പ് കൊടുക്കുന്നവനും പൊറുക്കുന്നവനും അവനാണല്ലോ..." ആകാശത്തിലേക്ക് വിരൽ ചൂണ്ടി പറഞ്ഞു. "വെളിപാടുകൾക്ക് വഴി തെളിച്ചുകൊടുക്കുവാൻ വിധിക്കപ്പെട്ട അടിമ മാത്രമാണ് ഞാൻ."

അന്നേരം ആകാശത്ത് ഇടിപൊട്ടി. ഭൂമികുലുങ്ങുന്ന ഒച്ചയോടെയുള്ള ഇടി. ആകാശം ചുട്ടുപൊള്ളുന്നുണ്ട്. ആ ചൂട് ഭൂമിയിലേക്ക് അരിച്ചിറങ്ങി. ഭൂമി പഴുത്തു.

ഔട്ടിയാക്കയെ കാറ്റ് പൊതിഞ്ഞു. ചെവിയിൽ കാറ്റ് എന്തൊക്കെയോ പിറുപിറുത്തു. ഔട്ടിയാക്ക തലയനക്കി. രാജാവിനെ കാറ്റ് തുറിച്ചുനോക്കി. കാറ്റൂതി. തീക്കാറ്റ്. രാജാവ് വെന്തുരുകി.

ആകാശത്തിലെ ദേവതകൾ വരച്ച ചിത്രയടയാളങ്ങൾ വായിച്ച ശേഷം പ്രാർഥനയുടെ കൈപ്പത്തികൾ രണ്ടും ആകാശത്തിലേക്ക്

വിടർത്തിപ്പിടിച്ചു. കണ്ണുകൾ അടച്ച് കുറേസമയം ജപിച്ചു. ആകാശത്തിലേക്ക് ജപിച്ചൂതി. ആകാശത്തുനിന്നും ഉറവപൊട്ടി കൈപ്പത്തിയിലേക്ക് ഇറങ്ങിവന്നു. ഔട്ടിയാക്കയെ നോക്കി വെള്ളം തുള്ളിച്ചാടി.

"അനങ്ങാതിരിക്ക് മക്കളേ... തുളുമ്പിപ്പോകുന്നു."

വെള്ളത്തിലേക്ക് ഔട്ടിയാക്ക ജപിച്ചൂതി. വെള്ളത്തിന്റെ കണ്ണുകൾ പൂട്ടി. വെള്ളം ഉറക്കമായി. ഉറങ്ങുന്ന വെള്ളത്തെ ഔട്ടിയാക്ക തലോടിക്കൊണ്ടേയിരുന്നു. പിന്നെ ചുംബിച്ചു.

രാജാവിനെ വാ പിളർത്താൻ പറഞ്ഞു. ചുട്ടുപൊള്ളുന്ന രാജാവിന്റെ വായിലേക്ക് വെള്ളം ഒഴിച്ചുകൊടുത്തു. എത്രവെള്ളം കുടിച്ചിട്ടും രാജാവിന്റെ മുഖം തെളിഞ്ഞില്ല.

"നിന്റെ ദാഹം കെടുന്നുണ്ടോ മോനേ?"

"ഇല്ല... വയറിനകത്ത് കനലെരിയുകയാണ്. എത്ര വെള്ളമൊഴിച്ചാലും കെടാത്ത തീ... നെരിയാണിയിൽനിന്നും പടർന്നു കയറുന്ന തീച്ചൂടിൽ വെന്തുരുകാൻ തുടങ്ങിയിട്ട് നാളുകളേറെയായി."

"നിനക്കെതിരെ ചരാചരങ്ങളുടെ പുറപ്പാടാണ് നടക്കുന്നത്. എല്ലാവരും നിന്നെ ശപിക്കുകയാണ്. ഓരോ ശാപവും അഗ്നിമഴ പെയ്യിക്കുന്നു."

ഔട്ടിയാക്ക കണ്ണടച്ചു. കുറേസമയം ഇരുവരും സംസാരിച്ചില്ല.

"ഔട്ടിയാക്കാ..."

ചെവിയിൽ കാറ്റ് ചൂളം വിളിച്ചപ്പോഴാണ് ഔട്ടിയാക്ക ഉണർന്നത്. കണ്ണുകൾ തുറന്ന് കാറ്റിനെ നോക്കി.

ഭൂമിയിലേക്ക് ആകാശം ഇറങ്ങിവരുന്നത് ഔട്ടിയാക്കയും കാറ്റും നോക്കിനിന്നു.

ഔട്ടിയാക്കയുടെ മുന്നിൽ ആകാശം നിന്നു. ആകാശം മുഖം വീർപ്പിച്ചു.

"എന്തേ ഇങ്ങനെ?"

ഔട്ടിയാക്കയോട് ആകാശം ചോദിച്ചു. "ഔട്ടിയാക്കയുടെ നിറം വീണ്ടും മാറുകയാണോ?"

ഔട്ടിയാക്ക മറുപടി പറയാതെ ചിരിച്ചു. താടിതടവിക്കൊണ്ട് ആകാശത്തിലേക്ക് നോക്കി വെളിപാടുകൾ വായിച്ചു, എന്നിട്ടു പറഞ്ഞു.

ഇനി ആകാശത്തിന് കഥ പറയാം.

ഭൂമിക്ക് സാക്ഷി പറയാം.

കാറ്റിന് വിധി പറയാം.

ഔട്ടിയാക്ക പറഞ്ഞപ്പോൾ കാറ്റും ഭൂമിയും ആകാശവും കൈകൾ കോർത്തുപിടിച്ചു. ഔട്ടിയാക്കയ്ക്കു ചുറ്റും അവർ ഇരുന്നു. രാജാവിന്റെ കണ്ണുകൾ തുറക്കപ്പെട്ടു. "കാര്യങ്ങൾ ആകാശം പറയട്ടെ" ഔട്ടിയാക്ക പറഞ്ഞു.

അങ്ങനെയാണ് ഭൂമിയിലെ കഥ ആകാശം പറയാൻ തുടങ്ങിയത്.

"സുഖസുന്ദര രാജ്യത്തിലെ സമ്പൽസമൃദ്ധിയാണ് ഇയാൾക്ക് ഭരിക്കാൻ കിട്ടിയത്. എല്ലാ വിഭവങ്ങളും തിങ്ങി നിറഞ്ഞ പച്ചപ്പിന്റെ ഭൂമി. നദികളും പുഴകളും മലകളും പർവതങ്ങളും വനങ്ങളും കൃഷിയിടങ്ങളും നിറഞ്ഞ നാട്. പ്രജകൾക്ക് സുഖകരമായ ജീവിതം ഒരുക്കുക എന്നതാണ്

ഇയാളുടെ നിയോഗം. പക്ഷേ, കുടിച്ചും തിന്നും വേട്ടയാടിയും കരുക്കൾ നീക്കിയും മദിച്ചും നടന്ന ഇയാൾ ഒരിക്കലും പ്രജകളെ സ്നേഹിച്ചിരുന്നില്ല. സങ്കടവിളികൾ കേട്ടില്ല. സ്വർഗസ്ഥലിയുമായി ബന്ധപ്പെടാനാണ് ആർത്തികാണിച്ചത്. സ്വർഗസ്ഥലി കെണി വെച്ചു. ഇയാൾ വീണു. അങ്ങനെ കരാറുകളുണ്ടായി. പരിഷ്കാരങ്ങൾ നടപ്പിലാക്കി. നാവുനീട്ടി നിൽക്കാനും തീട്ടനികുതി ചുമത്താനും തയാറായി. ചോദ്യം ചോദിച്ചവരെയൊക്കെ വിചാരണയില്ലാതെ ശിക്ഷിച്ചു. നാടുകടത്തി. തലവേട്ടക്കാർക്ക് മക്കളെ കൂട്ടിക്കൊടുത്തു. വയലുകൾ ഉണങ്ങാനിട്ടു. പട്ടമഹിഷിയെ കൊന്നു തിന്നു. തലയ്ക്കകത്ത് തീവണ്ടിപ്പാതവരെ ഒരുക്കിക്കൊടുത്തു. അവസാനം സിംഹാസനത്തിൽനിന്നും പുറത്താക്കിയപ്പോഴാണ് ബോധം തെളിഞ്ഞത്. ഇനി ഔട്ടിയാക്കയ്ക്ക് തീരുമാനിക്കാം. എന്താണ് ചെയ്യേണ്ടതെന്ന്."

"വേണ്ട. നിങ്ങൾ തന്നെ വിചാരണ ചെയ്താൽ മതി."

"ആകാശം പറഞ്ഞതൊക്കെ സത്യമാണോ?" ഭൂമിയോട് ഔട്ടിയാക്ക ചോദിച്ചു.

"സത്യമാണ്. നിലവിളികളാണ് എങ്ങും. ഉറങ്ങാൻ കഴിയാറില്ല. ചെവികളിൽ വിരലുകൾ ആഴ്ത്തിവെക്കുകയാണ് പതിവ്."

"എന്തെങ്കിലും അവസാനമായി ബോധിപ്പിക്കാനുണ്ടോ?"

രാജാവിനോട് ഔട്ടിയാക്ക ചോദിച്ചു.

രാജാവ് തലതാഴ്ത്തി.

"എന്നാൽ വിധി പറഞ്ഞോളൂ..."

കാറ്റിനോട് ഔട്ടിയാക്ക പറഞ്ഞു.

അങ്ങനെയാണ് രാജാവിന്റെ വിധി കാറ്റ് പറഞ്ഞത്. ദേഷ്യംകൊണ്ട് കാറ്റിന്റെ മുഖം ചുകന്നു. ചക്രവാളത്തിലൂടെ അലറിവന്ന കാറ്റ് ദേശത്തിലാകമാനം പാഞ്ഞുനടന്നു.

"ഇയാളുടെ ഒരടയാളവും ബാക്കിവെയ്ക്കാതെ തുടച്ചു നീക്കണം. എന്നിട്ട് പുതിയ കാലമുണ്ടാകണം" ഭൂമിയോട് കാറ്റ് പറഞ്ഞു.

ഭൂമിയിലേക്കിറങ്ങിയ കാറ്റ് മണ്ണിനെ കയ്യിലേറ്റി. കാറ്റ് പൊടിക്കാറ്റായി. പുരയിടങ്ങൾ ഓരോന്നായി പറിച്ചെടുത്ത് കടലിലെറിഞ്ഞു. കിട്ടിയവയൊക്കെ ചിരിയോടെ കടൽ വിഴുങ്ങി. ദേശത്തിന്റെ കാര്യാലയങ്ങൾ, കൊട്ടാരം, കെട്ടിടങ്ങൾ, തപാലാപ്പീസുകൾ പറിച്ചെറിഞ്ഞു. കരച്ചിലോടെ ആളുകൾ പരക്കം പാഞ്ഞു. പേടകജീവികളുടെ കാലുകൾ കൂട്ടിപ്പിടിച്ച് നിലത്തടിച്ചു കൊന്നു. ഭടന്മാരുടെ, മന്ത്രിമാരുടെ, പ്രഭുക്കന്മാരുടെ, യേമാന്മാരുടെ, മൂക്കിലൂടെ പൊടിക്കാറ്റ് പാഞ്ഞു കയറി. അവരുടെ ചെവിയിൽ കാറ്റ് പറഞ്ഞു: "ഞങ്ങളുടെ സ്വപ്നങ്ങളാണ് നിങ്ങളൊക്കെ തകർത്തത്" അറുത്തിട്ട മാടുകളെപ്പോലെ കൈകാലിട്ടടിച്ച് മരിച്ചുവീണു. മരിച്ചവരെ മണ്ണുമൂടി. ചുറ്റുപാടും നിലവിളികളാണ്.

മൺകാറ്റ് കൊല വിളിച്ചു. കാറ്റ് മുരണ്ടു. ദേശവാസികളുടെ മൂക്കിലേക്ക് മൺകാറ്റ് പാഞ്ഞു കയറി. അവരൊക്കെ മുറിഞ്ഞുവീണു. വീണവരെയൊക്കെ മണ്ണ് പൊതിഞ്ഞു വിഴുങ്ങി. ദേശത്തിലെ മനുഷ്യജീവികളെയെല്ലാം തുടച്ചുനീക്കി. വീട്ടുമൃഗങ്ങൾ ആകാശത്തിലേക്ക് പറന്നുക

യറി. ഒരൊറ്റ ജീവിപോലും ജീവനോടെ ബാക്കിയില്ലായെന്ന് ഉറപ്പിച്ച ശേഷം കാറ്റും ഭൂമിയും ആകാശവും കൈകൾ കോർത്തുപിടിച്ച് ദേശത്തിലാകമാനം പറന്നു കളിക്കുന്നത് രാജാവും ഔട്ടിയാക്കയും നോക്കി നിന്നു.

അന്നേരമാണ് "കറ കറ" ഒച്ചയോടെ ഭൂമി പിളർന്നത്. പിളർന്ന ഭൂമി വാ പിളർത്തി. മരിച്ചു വീണവരെയൊക്കെ ഭൂമി വിഴുങ്ങി. ഭൂമിയുടെ വയറ് വീർത്തു. ഭൂമി നേർരേഖയിലായി.

മനുഷ്യന്മാരില്ലാത്ത ദേശത്തെ നോക്കി ആകാശവും ഭൂമിയും കാറ്റും ചിരിച്ചു.

അവരുടെ സന്തോഷത്തിൽ ഔട്ടിയാക്ക ചേർന്നു.

ഭൂമിയിൽ മുട്ടുകുത്തി കൈകൾ ആകാശത്തിലേക്കു വിടർത്തി ഔട്ടിയാക്ക സ്നേഹത്തോടെ വിളിച്ചു.

"സ്രഷ്ടാവേ..."

ദൈവത്തിനോടുള്ള സ്നേഹം ഔട്ടിയാക്കയിൽ നിറഞ്ഞു.

"കടം വീട്ടാനുള്ള ജന്മമാണ് നീയെനിക്കു തന്നത്. ഞാൻ നിന്റെ അടിമ. ഭൂമിയിലേക്ക് എറിയപ്പെട്ടതിന്റെ കടം വീട്ടാം. നിന്റെ വെളിപാടുകളിലൂടെ സഞ്ചരിക്കാം. ഇനി ഞാനെന്താണ് ചെയ്യേണ്ടതെന്ന് നീ പറയുക."

നിലത്ത് മുട്ടുകാലിൽ ഇരുന്ന് പ്രാർഥനയുടെ കൈകൾ നീട്ടിപ്പിടിച്ചു.

ആകാശത്തിലേക്ക് നോക്കി. അപ്പോൾ ആകാശം പാൽക്കടലായി. കടലിന്റെ ഇരമ്പൽ ചെവിയിൽ മുഴങ്ങുന്നുണ്ട്. കൈകൾ ഇരുവശത്തേക്കും വിടർത്തി. എന്നിട്ട് പ്രാർഥനയോടെ ജപിച്ചൂതി. അപ്പോൾ അങ്ങ് ദൂരെനിന്നും വിളികാത്തു നിൽക്കുന്ന കടൽ ആകാശത്തിലൂടെ പറന്നു വന്ന് ഔട്ടിയാക്കയുടെ തലയ്ക്കുമുകളിൽ തൂങ്ങിക്കിടന്നു. കടലിന്റെ ഇരമ്പൽ ചെവിയിൽ മുഴങ്ങുന്നുണ്ട്.

കടലിനെ മാടിവിളിച്ചു. കടൽ ചിരിച്ചു. കടൽ വാ പിളർത്തി ദേശത്തിലേക്കിറങ്ങിവന്നു. ദേശത്തിലൂടെ കടൽ അലറിപ്പായുകയാണ്. ഓരോ അടയാളവും കടൽ നക്കിത്തുടയ്ക്കുന്നുണ്ട്. ഇനിയൊന്നും ബാക്കിയില്ലായെന്ന് ഉറപ്പുവരുത്തിയശേഷം വീർത്ത വയറോടെ കടൽ തിരിഞ്ഞു നീന്തി.

പുരയിടങ്ങളോ രാജചിഹ്നങ്ങളോ മരങ്ങളോ നിരത്തുകളോ ഇല്ലാത്ത വിസ്തൃതിയോടെ നീണ്ടുകിടക്കുന്ന ദേശത്തെ ഔട്ടിയാക്കയും രാജാവും നോക്കിനിന്നു. ഭൂമി നിശ്ശബ്ദമാണ്. അപ്പോഴാണ് അങ്ങുദൂരെ മലയടിവാരത്തിന്റെ അരികിലൂടെ രാജഗുരു നടന്നു വരുന്നത് കണ്ടത്. രാജഗുരുവിനെ നോക്കി രാജാവ് ആശ്ചര്യംകൊണ്ടു. മരിച്ചവരെയൊക്കെ വീണ്ടും കാണുന്നത് എന്തുകൊണ്ടാണ്. രാജഗുരുവിന്റെ കഴുത്ത് വെട്ടിയതറിഞ്ഞപ്പോൾ വല്ലാത്ത സങ്കടമുണ്ടായിരുന്നു.

സിംഹാസനത്തിൽ ഇരിക്കുന്നതിനു മുമ്പ് ഭരണത്തെക്കുറിച്ചും ജീവിതസങ്കൽപ്പത്തെക്കുറിച്ചും കാര്യകാരണ സഹിതം ഉപദേശം തന്ന ഗുരുവിന്റെ കഴുത്തുവെട്ടിയ ഭടന്റെ കഴുത്തും വെട്ടണമെന്ന് അപ്പോൾത്തന്നെ ഉത്തരവിട്ടിരുന്നു.

"രാജഗുരുവിനെ ഒരിക്കലും കൊല്ലാൻ പാടില്ലായിരുന്നു" മൂത്ത പട്ടാളക്കാരനോട് പറഞ്ഞപ്പോൾ മറുചോദ്യം ചോദിച്ചു.

"എന്തുകൊണ്ട്?"

"ഗുരുക്കന്മാർക്ക് മഹനീയസ്ഥാനം ദേശം കൽപ്പിച്ചിരുന്നു."

"നീതിക്കെതിരെ, നിയമത്തിനെതിരെ, വ്യവസ്ഥിതിക്കെതിരെ നാടിനെതിരെ പട നയിക്കുന്നവന് വധശിക്ഷ നൽകണമെന്ന നിയമം എല്ലാവർക്കും ഒരുപോലെയല്ലേ.. രാജാവേ..."

മൂത്ത പട്ടാളക്കാരൻ അങ്ങനെ ചോദിച്ചപ്പോൾ തല താഴ്ത്തി.

രാജാവിനെ നിയമം പഠിപ്പിക്കാനും ഉപദേശിക്കാനുമുള്ള ധൈര്യം എങ്ങനെയാണ് ഇവന് ഉണ്ടായത്. ചുറ്റുപാടും ശത്രുക്കളാണെന്ന് രാജഗുരു പറഞ്ഞു തന്നത് ഓർത്തു. ഓരോ ചെരിപ്പടയാളവും നിഗ്രഹത്തിന്റെ ഒരുക്കുകൂട്ടലാണെന്നാണ് പറഞ്ഞു തന്നത്. ആരൊക്കെയോ അടുപ്പ് കൂട്ടുന്നുണ്ട്.

"സ്വർഗസ്ഥലിക്കെതിരെ വിരൽ ചൂണ്ടുന്നവരെയൊക്കെ വിചാരണ ചെയ്യാതെ ശിക്ഷിക്കണമെന്ന് രാജാവല്ലേ പറഞ്ഞുതന്നത്."

മറുപടി പറഞ്ഞില്ല.

ഉത്തരം മുട്ടിയവന് വാക്ക് വിഴുങ്ങുകയെന്നതാണ് മര്യാദ.

കുഞ്ഞിന്റെ നിഷ്കളങ്കതയോടെ മോണ കാട്ടി ചിരിക്കുകയാണ് രാജഗുരു. മെലിഞ്ഞ ദേഹത്ത് ഒറ്റ തോർത്ത് മുണ്ട് ചുറ്റിയിട്ടുണ്ട്. നീണ്ട മൂക്ക്. വലിപ്പംകൂടിയ കഷണ്ടി. വലിയ കാത്. ശരീരപ്രകൃതിക്ക് മാറ്റമൊന്നും വന്നിട്ടില്ല.

"എത്ര നാളായി കണ്ടിട്ട്" പതിയെയാണ് സംസാരം.

രാജാവ് തലയനക്കി.

"എല്ലാം നശിപ്പിച്ചു അല്ലേ?"

രാജാവ് തലതാഴ്ത്തി.

"അന്ന് കുറുക്കന്റെ കഥ പറഞ്ഞുതന്നതുകൊണ്ടാണ് ഇങ്ങനെയൊക്കെ സംഭവിച്ചത്."

രാജാവ് ന്യായീകരിച്ചു.

"പിന്നെന്തു കഥയാണ് രാജാക്കന്മാർക്ക് പറഞ്ഞുതരേണ്ടത്?" രാജഗുരു ചോദിച്ചു.

"മുയലിന്റെയും ആമയുടെയും കഥ പറഞ്ഞുതന്നിരുന്നെങ്കിൽ ഇങ്ങനെയൊന്നും സംഭവിക്കില്ലായിരുന്നു. കുശാഗ്രബുദ്ധികൊണ്ട് കീഴ്പ്പെടുത്തുന്ന കുറുക്കൻ ഒരിക്കലും ചുറ്റുപാടുമുള്ള കാഴ്ചകൾക്കോ നിലവിളികൾക്കോ കാത് വെക്കാറില്ല. പറഞ്ഞു തന്ന കഥയിലൂടെ സഞ്ചരിച്ചാൽ ആരായാലും വഴിതെറ്റിപ്പോകും. അതുതന്നെയാണ് എനിക്കും സംഭവിച്ചത്."

രാജഗുരു ചിരിച്ചു.

"കേൾക്കുന്ന കഥ ഏതായാലും അവനവന്റെ മനസിന് യോജ്യമായത് മാത്രമേ സ്വീകരിക്കുകയുള്ളൂ. എല്ലാ കഥകൾക്കും രണ്ട് വശങ്ങളുണ്ട്. കുറുക്കൻവശവും ആട്വശവും. ജീവിതം എത്തിപ്പിടിക്കാനും കൈവ

രിക്കാനും സുഖിക്കാനും വെട്ടിപ്പിടിക്കാനും കീഴ്പ്പെടുത്താനുമുള്ള താൽപ്പര്യമെങ്കിൽ കുറുക്കൻവശം സ്വീകരിക്കുന്നു. എനിക്ക് ആദ്യമേ അറിയാമായിരുന്നു കുറുക്കനിലേക്കാണ് നിങ്ങളുടെ യാത്രയെന്ന്. എന്നിട്ടും ആടിന്റെ കഥ പറഞ്ഞുതന്നതിന്റെ കാരണം മനസിനകത്ത് ഏതെങ്കിലും മൂലയിൽ നന്മയുണ്ടെങ്കിൽ മാനസാന്തരം ഉണ്ടാകട്ടെയെന്ന പ്രാർഥനയോടെയായിരുന്നു. നിങ്ങൾ ആടിനെ ശ്രദ്ധിച്ചിരുന്നോ...

ആടിന് വലിയ ആഗ്രഹങ്ങളൊന്നുമില്ല. അതുകൊണ്ടാണ് അവർ ആകാശത്തിലേക്ക് നോക്കാത്തത്. ആകാശം കാണുന്നവരൊക്കെ സ്വപ്നം കാണുന്നവരാണ്. അവനെക്കാൾ വലുതാകണമെന്ന അത്യാഗ്രഹമുള്ളവർ. മുകളിലെത്തുകയെന്നതാണ് ആർത്തിയുടെ ലക്ഷണം. ഞാനൊരു ഉപദേശിയായിരുന്നു. ഉപദേശിയുടെ ദൗത്യം ഉപദേശം നൽകുകയെന്നതാണ്. ആരുടെയും ഉപദേശം കണ്ണടച്ച് സ്വീകരിക്കരുത്. ബുദ്ധിയും മനസും ശരീരവും കോർത്തുപിടിച്ച് കൂട്ടിയും ഗുണിച്ചും ഹരിച്ചും കിഴിച്ചും കിട്ടുന്ന ഉത്തരത്തിലൂടെയായിരിക്കണം നടന്നുപോകേണ്ടത്. പക്ഷേ, നിങ്ങൾക്കു വഴിതെറ്റി. തെറ്റിയ വഴിയിലൂടെ സഞ്ചരിച്ചു.

സ്വർഗസ്ഥലി പറഞ്ഞുതന്ന വഴിയിലൂടെ നടന്ന് ഭരണം ലാഭകരമാക്കുക എന്നതാണ് ലക്ഷ്യം. ഓരോ ലാഭത്തിന്റെയും പിറകിൽ ചെകുത്താന്റെ വിരലടയാളമുണ്ടെന്ന് നിങ്ങൾക്കറിയോ. ഭരണം സേവനമാണ്. സേവനത്തിന് വിലയിടുന്നവരൊക്കെ ചെകുത്താന്മാരാണ്. രാജഗുരു ചിരിച്ചു.

അപ്പോൾ ആകാശം ചോരനിറമായി.

ആകാശം പിളർന്നു. പിളർന്ന ആകാശത്തിൽ ഏണിപ്പടികൾ കണ്ടു. ഏണിപ്പടികളിലൂടെ ഇറങ്ങിവന്ന നീണ്ട വാൾ ആകാശത്തിലെ ചോര കുടിക്കാൻ തുടങ്ങി. കുടിച്ച് വയറു വീർത്തു. വയറു നിറഞ്ഞു.

വാളിന് സന്തോഷമായി. ആർത്തട്ടഹസിച്ച് അങ്ങോട്ടുമിങ്ങോട്ടും വാൾ പരക്കം പായുകയാണ്. ഓടുന്നതിനിടയിൽ ഭൂമിയിലേക്ക് എത്തിനോക്കുമ്പോഴാണ് രാജാവിന്റെ തല കണ്ടത്. സൂക്ഷിച്ചു നോക്കി. ആളെ മനസിലായപ്പോൾ വാളിന് സന്തോഷമായി. ഇര കണ്ട കുറുക്കന്റെ സന്തോഷം. അന്നേരം വാളിന് ചിറകുകൾ മുളച്ചു. ചിറകുകൾ വീശി ആകാശത്തിന്റെയും ഭൂമിയുടെയും ഇടയിലൂടെ പറന്ന് രാജാവിന്റെ തലയ്ക്ക് ചുറ്റും മുരളിച്ചയോടെ വട്ടം കറങ്ങി.

തലയ്ക്കുമുകളിൽ വാൾ കുത്തനെ നിന്നു. വാളിന്റെ പിടി ആകാശം പിടിച്ചു. വാൾ തല തൊട്ടു. ഇളകിച്ചിരിക്കുന്നുണ്ട്. ശ്വാസം അടക്കിപ്പിടിച്ച് നിൽക്കുകയായിരുന്നു രാജാവ്.

തലയുടെ ആഴത്തിലേക്ക് 'കറകറ' ഒച്ചയോടെ വാൾ ആഴ്ന്നിറങ്ങിയത് എത്ര പെട്ടെന്നായിരുന്നു. തലയ്ക്കകത്തുനിന്നും ചോരയൊഴുകുവാൻ തുടങ്ങി. മുഖത്തൂടെ ചോരയൊഴുകി. ശരീരം ചോരയിൽ കുളിച്ചു. വേദനകൊണ്ട് രാജാവ് നിലവിളിച്ചു. തല പൊത്തിപ്പിടിച്ച് ഓടുകയാണ്. ആഴത്തിലേക്കിറങ്ങുന്ന വാളിന്റെ അറ്റംപിടിച്ചുയർത്തുവാൻ ശ്രമിക്കുന്നുണ്ട്. അപ്പോഴേക്കും വാൾ തൊണ്ടക്കുഴലിലേക്ക് ഇറങ്ങിക്കഴിഞ്ഞിരുന്നു. നെഞ്ചിലൂടെ പരക്കംപാഞ്ഞ് വാൾ വയറ് തൊട്ടു. ശരീരത്തിനകത്തു

നിന്നും വാൾ നൃത്തം ചെയ്യുകയാണ്. തല പുറത്തേക്കിട്ട് ഔട്ടിയാക്കയെ നോക്കി വാൾ ചിരിച്ചു. ശരീരം പലയിടങ്ങളിലായി മുറിഞ്ഞു വീണു. നിലത്തുവീണ ഇറച്ചി പിടക്കുന്നുണ്ട്. കൈകാലുകൾ അറ്റുവീണു.

രാജാവ് അടർന്ന് നിലത്തുവീണു. തല പിടയ്ക്കുന്നുണ്ട്. തൊണ്ട ക്കുഴൽ ശ്വാസം വലിച്ചെടുക്കുന്ന കറ...കറ... ഒച്ച കേൾക്കാം.

ഭൂമി വാ പിളർത്തി. പിളർന്ന വായിലേക്ക് രാജാവ് വഴുതി വീണു. വായ പൂട്ടി.

ആകാശത്തിലൂടെ ഇറങ്ങിവന്ന മഴ ഭൂമിയെ കുളിപ്പിച്ചു. മണ്ണിൽ വീണ ചോര കഴുകിത്തുടച്ചു വൃത്തിയാക്കി കടലിലേക്കൊഴുക്കി. അന്നേരം കാറ്റും ആകാശവും ഭൂമിയും കൈകോർത്ത് പിടിച്ചു. ഔട്ടിയാ ക്കയെയും രാജഗുരുവിനെയും അവർ ചുംബിച്ചു.

“നിങ്ങൾക്ക് സമാധാനമായില്ലേ?” ഔട്ടിയാക്ക അങ്ങനെ ചോദിച്ച പ്പോൾ കാറ്റും ആകാശവും ഭൂമിയും തലയനക്കി.

ആകാശത്തിലേക്ക് നോക്കി ദൈവത്തിന്റെ വെളിപാടുകൾ വായി ച്ചു. ഭൂമിയെ ഔട്ടിയാക്ക ചുംബിച്ചു. മണ്ണിലാകമാനം ജപിച്ചോതി. അപ്പോ ഴാണ് ദേശത്ത് ഓരോന്നായി മുളപൊട്ടുവാൻ തുടങ്ങിയത്.

ആദ്യം കൃഷിയിടമാണ് മുളച്ചത്. ആകാശത്തിലൂടെ ഇറങ്ങിവന്ന കാറ്റ് വിത്ത് വിതറി. കൃഷിയിടങ്ങളിൽ മഴ നനച്ചു. വിത്തുകൾക്ക് മുള പൊട്ടി. മുളച്ചുവളർന്നു. വൃക്ഷങ്ങൾ മുളച്ച് കായ്ഫലങ്ങളുണ്ടായി. കാക്ക കളും പറവകളും പറന്നിറങ്ങി. വീട്ടുമൃഗങ്ങൾ നടന്നുവന്നു. ആവേശ ത്തോടെ മഴ പെയ്യുന്നുണ്ട്. മഴയിൽ സംഗീതമുണ്ടായിരുന്നു.

ഭൂമിയിൽ കെട്ടിടങ്ങൾ മുളച്ചുപൊന്തുന്നത് ചിരിയോടെ ഔട്ടിയാ ക്കയും രാജഗുരുവും നോക്കി നിന്നു. പുരയിടങ്ങളുണ്ടായി. വെടിപ്പുള്ള നിരത്തുകളുണ്ടായി. പള്ളിക്കൂടങ്ങളുണ്ടായി. പണിശാലകൾ ഉണ്ടായി. കിണറുകളും തോടുകളുമുണ്ടായി. പിന്നെ ദേശകാര്യങ്ങളുണ്ടായി.

വരണ്ട ഭൂമിയിൽ തെളിനീരുണ്ടായി, പച്ചപ്പും.

കിളികളും കാക്കകളും ഒച്ചയുണ്ടാക്കി പറക്കുന്നുണ്ട്. മൃഗങ്ങൾ നൃത്തം ചെയ്യുന്നുണ്ട്. കാറ്റ് മൂളിപ്പാടുന്നുണ്ട്. നിറഞ്ഞചിരിയോടെ ഔട്ടി യാക്കയും രാജഗുരുവും അന്യോന്യം നോക്കുമ്പോഴാണ് ദേശത്തിന്റെ അതിർത്തിയിൽ നാടോടികൾ കൂട്ടംകൂടി നിൽക്കുന്നത് കണ്ടത്. അവ രുടെ ചുമലുകളിൽ ഭാണ്ഡക്കെട്ടുകളുണ്ട്. സ്ത്രീകളുടെ കയ്യിൽ കുഞ്ഞു ങ്ങളുണ്ട്. പെൺകുട്ടികൾ പൂമ്പാറ്റകളെപ്പോലെ പറന്നുകളിക്കുന്നുണ്ട്. ചെറുപ്പക്കാർ ചുറ്റുപാടും നോക്കുന്നുണ്ട്. ദേശാതിർത്തി കടന്ന് മുന്നോട്ട് വരാൻ ഔട്ടിയാക്ക അവരോട് കൈയാംഗ്യം കാട്ടി.

ഔട്ടിയാക്കയുടെയും രാജഗുരുവിന്റെയും മുന്നിൽ നാടോടികൾ കൂട്ടം കൂടി നിന്നു. അന്നേരം ആകാശം നീലനിറമായി.

കായ്കനികൾ തിന്ന് വയറ് നിറക്കാനും കുളിക്കാനും വിശ്രമിക്കാനും അവരോട് പറഞ്ഞു.

ആർത്തിയോടെ കായ്കനികൾ അവർ പറിച്ചു തിന്നുന്നത് സ്നേഹ ച്ചിരിയോടെ രാജഗുരുവും ഔട്ടിയാക്കയും നോക്കിനിന്നു.

തീർഥജലം കുടിച്ചു.

കുഞ്ഞുങ്ങൾ നിലത്ത് കിടന്നുറങ്ങി. വലിയവർ തല ചായ്ച്ചു. നേരം ചാഞ്ഞു.

കുട്ടികൾ ഒഴിച്ച് ബാക്കിയുള്ളവരൊക്കെ മണ്ഡപത്തിന് ചുറ്റും വന്നിരിക്കാൻ ഔട്ടിയാക്ക പറഞ്ഞു.

നാടോടികൾ നിലത്ത് ഇരുന്നു.

നാടോടികളിലെ മൂത്തോരാണ് കഥ പറഞ്ഞത്.

വലിയ ഒരു പ്രവിശ്യയായിരുന്നു ഞങ്ങളുടേത്. സമ്പൽസമൃദ്ധിയുടെ നാട്. ഒരുനാൾ വെള്ളമൊക്കെ ഭൂമിയിലേക്ക് ഉൾവലിയുകയായിരുന്നു. കിണറുകൾ വറ്റിവരണ്ടു. വെള്ളമില്ലാത്ത നാടായി മാറി. നാട്ടുകാർ തൊണ്ട വറ്റി പരക്കം പാഞ്ഞു. നാടിനെ കൈവിട്ടു. പിന്നെ വെള്ളം തേടിയുള്ള പുറപ്പാടായിരുന്നു. എവിടെയെത്തുമെന്നറിയില്ല. നിശ്ചയമില്ല. ദിക്കറിയാത്ത യാത്ര... അങ്ങനെ നടന്നു. ലക്ഷ്യമില്ലാത്ത യാത്ര.

പിറകിൽനിന്നും ആരൊക്കെയോ മറിഞ്ഞു വീണു. വീണവരെയൊക്കെ അവിടെത്തന്നെ കുഴിച്ചുമൂടി. ഓരോ ചുവടുവെപ്പിലും മരണമുണ്ടെന്നറിഞ്ഞപ്പോൾ ഉൾക്കിടിലമുണ്ടായി. രാജ്യക്കാരൊക്കെ അടിച്ചോടിച്ചു. ചില രാജാക്കന്മാർ അത്താഴം തന്ന് അതിർത്തി കടത്തിവിട്ടു. ആരും ഇടം തന്നില്ല. എവിടെയാണ് അവസാനമെന്നറിയാതെ നടന്നു.

ഇന്നലെ ഞങ്ങൾ സ്വപ്നം കണ്ടു. പച്ചപ്പിന്റെ നാട് കാത്തിരിക്കുന്നുണ്ടെന്ന്. അപ്പോൾ തന്നെ നടക്കുകയായിരുന്നു. കാലുകൾ വഴികാട്ടികളായി.

അങ്ങനെയാണ് ഇവിടെ എത്തിച്ചേർന്നത്.

ഭൂമിയിൽ മുളച്ച പാർപ്പിടങ്ങളിൽ പാർക്കാനും കൃഷിയിടങ്ങളിൽ കൃഷി ചെയ്യാനും അതിർത്തികളില്ലാത്ത മണ്ണിൽ ഒത്തൊരുമയോടെ ജീവിക്കാനും ഔട്ടിയാക്ക അവരോട് പറഞ്ഞു.

സംഘമായി വിളയിക്കാം.

സംഘമായി വീതിച്ചെടുക്കാം.

“മണ്ണിലെ വിളവ് വിശക്കുന്നവനുള്ളതാണ്. ദൈവത്തിന്റെ സ്ത്രോത്രങ്ങളാണ് ഓരോ കായ്ക്കളും. അത് വീതിച്ചെടുക്കാനുള്ളതാണ്. ആകാശവും കാറ്റും ഇടിയും മിന്നലും മഴയും വീതിച്ചെടുക്കാനാവാത്തതുപോലെ ഭൂമിയിലെ ഫലങ്ങൾ മുഴുവൻ സ്വന്തമാക്കരുത്.”

നാടോടികൾ തലയനക്കി കേട്ടു.

ഇനി മുതൽ നിങ്ങളുടെ കാവൽക്കാരനായി, വഴികാട്ടിയായി രാജഗുരു ഉണ്ടാവും.

രാജഗുരുവിനെ ഭരണാധികാരിയായി ഔട്ടിയാക്ക നിശ്ചയിച്ചു.

“ആർക്കെങ്കിലും എതിർപ്പുണ്ടോ”യെന്ന് നാടോടികളോട് ചോദിച്ചു.

ഇല്ലായെന്ന് അവർ ഏകസ്വരത്തിൽ പറഞ്ഞു.

പീഠത്തിന്റെ മുകളിൽ രാജഗുരു ഇരുന്നു.

മൊട്ടത്തല തടവി, ഒറ്റമുണ്ട് ശരിയാക്കി. കുഞ്ഞിന്റെ ചിരിയോടെ എല്ലാവരേയും നോക്കി.

“ഇവിടെ ജീവിക്കാൻ ആഗ്രഹിക്കുന്നവർ നിലത്ത് കിടന്നുറങ്ങുന്നവരും വയറ് നിറയ്ക്കാൻ മാത്രം ഭക്ഷണം കഴിക്കുന്നവരും, മറ്റുള്ളവർ

ക്കുംകൂടി ജീവിക്കുവാനാണ് ഈ ഭൂമിയെന്ന് വിചാരിക്കുന്നവരും പട്ടിണി കിടക്കാതിരിക്കാനാണ് കൃഷി ചെയ്യുന്നതെന്ന മാനുഷികബോധമുള്ളവരുമായിരിക്കണം. അല്ലാത്തവർക്ക് ദേശം വിട്ട് പോകാം."

നാടോടികൾ ഉരിയാടാതെ അങ്ങനെ ഇരിക്കുകയാണ്.

"എന്താണ് നിങ്ങൾ ഒന്നും പറയാത്തത്" ഔട്ടിയാക്ക അവരോട് ചോദിച്ചു.

മെല്ലെ മെല്ലെ തലകൾ ഉണർന്നു. അവർ എഴുന്നേറ്റു നിന്നു.

"സമ്മതമാണ്."

"എങ്ങനെ?"

"പൂർണ മനസോടെ."

"എന്നിട്ട്?"

"നല്ല റിപ്പബ്ലിക്കായി."

"ആരുടെ റിപ്പബ്ലിക്?"

"ആടുകളുടെ റിപ്പബ്ലിക്?"

ഔട്ടിയാക്ക പുഞ്ചിരിയോടെ തലയനക്കി.

"ആടുകളുടെ റിപ്പബ്ലിക്. നല്ല പേര്. ദേശത്തിന് ആ പേരു നൽകാം."

ഭൂമിയും ആകാശവും കാറ്റും കൈകോർത്ത്പിടിച്ച് ചിരിച്ചു. അന്നേരം ആരവത്തോടെ മഴ പെയ്തു. എല്ലാവരും മഴയിൽ കുളിച്ചു. മഴവെള്ളം കുടിച്ചു. പുരയിടങ്ങളിൽനിന്നും ജീവിതങ്ങൾ പുറത്തേക്കിറങ്ങി. മരങ്ങളും നെൽപ്പാടങ്ങളും മലകളും പർവതങ്ങളുമൊക്കെ നൃത്തം ചെയ്യുന്നത് നോക്കിനിന്നു. ഭൂമിയിൽ സംഗീതമുണ്ടായി. കുളിർക്കാറ്റ് ഇക്കിളിയാക്കി.

പലനിറങ്ങളിൽ ആകാശം കുളിച്ചു. ദേവതകൾ കൊടിതോരണങ്ങൾ ഭൂമിയിലേക്ക് നീട്ടി. കിളികൾ സംഗീതമുണ്ടാക്കി. കാറ്റ് ഏറ്റുപാടി.

ആകാശത്തിലെ ദേവതകൾ ചിത്രയടയാളത്തിലൂടെ എഴുതിയ പ്രാർഥന ഔട്ടിയാക്ക വായിച്ചു.

ദേശക്കാർ ഏറ്റുചൊല്ലി.

അതൊരു ഈണമായി ദിഗന്തങ്ങളിൽ മുഴങ്ങി. ജപമാലകൾ പോലെ ലോകം ഏറ്റുചൊല്ലി, കാലം ഏറ്റുചൊല്ലി, ഭൂമിയും ആകാശവും കടലും പുഴയും മലയും പർവതങ്ങളും പാടങ്ങളും ഏറ്റുചൊല്ലി.

ആ ഏറ്റുചൊല്ലലിന്റെ ഈരടികളിലൂടെ ആകാശത്തുനിന്നും ഇറങ്ങിവന്ന വെളുത്ത നൂലേണി ഔട്ടിയാക്കയുടെ മുന്നിൽ നിന്നു. രാജഗുരുവിനെ ഔട്ടിയാക്ക ചേർത്തുപിടിച്ചു. കെട്ടിപ്പിടിച്ചു. നെഞ്ചുകൾ കനത്തു. മനസുകൾ വീർപ്പുമുട്ടി. നെറ്റിയിൽ അന്യോന്യം ചുംബിച്ചു. അപ്പോൾ ദേശക്കാർ പ്രാർഥന ചൊല്ലാൻ തുടങ്ങിയിരുന്നു.

ആ പ്രാർഥനയിലൂടെ, നൂലേണിയുടെ പടികൾ ഓരോന്നായി ഔട്ടിയാക്ക ചവിട്ടിക്കയറാൻ തുടങ്ങി.

ആകാശത്തിലേക്ക് കയറിപ്പോകുന്ന ഔട്ടിയാക്കയെ, രാജഗുരുവും ദേശക്കാരും നോക്കിനിന്നു.

9 789387 842380

Printed by Libri Plureos GmbH in Hamburg,
Germany